ચુભતા કડવા પ્રવચન

વિચારોભરી અણમોલ કૃતિ

લેખક

સૂર્યા સિન્હા

માનવ પ્રશિક્ષક અને પ્રેરક

ગુજરાત પુસ્તકાલય સ. સ. મંડળ લિ.

૧૧, ઈલોરા કોમર્શીયલ સેન્ટર, પહેલો માળ, રીલીફ સીનેમા પાછળ.

સવાપસ રોડ, અમદાવાદ–૩૮૦ ૦૦૧

ફોન : ૨૫૫૦ ૬૯૭૩

ડાયમંડ બુક્સ

સમાજ કલ્યાણના
હિતમાં તથા વ્યક્તિત્વ વિકાસ
હેતુ આ પુસ્તક તમે કોઈને પણ ભેટ
આપી શકો છે. ભેટ સ્વરૂપે ભેટ કરવા
માટે જે સજ્જનોને આ પુસ્તકની
જરૂરિયાત પડે, તેઓ આ ઓછા મૂલ્ય
પર 'પ્રકાશક કે વિનર્જ ટ્રેક'ની ગિફ્ટ
યોજના અંતર્ગત સીધો સંપર્ક કરીને
મંગાવી શકો છો.

સપ્રેમ ભેટ

પ્રિય,

શ્રી/શ્રીમતી/કુમારી ____________________

____

____

સસ્નેહ

- - - - - - - - - - - -

- - - - - - - - - - - -

'ચુભતા કડવા પ્રવચન' પુસ્તક આપણાં જીવન માટે એક અણમોલ મોતીઓની માળા છે, જે આપણાં જીવનને એક નવો માર્ગ ચીંધશે. તમે પણ તમારા મિત્રો, શુભચિંતકો, સંબંધીઓને આ અણમોલ ચુભતા વિચારોની માળા **'ચુભતા કડવા પ્રવચન'**ને ઉપહાર સ્વરૂપે ભેટ કરો.

પ્રકાશક	:	ડાયમંડ પૉકેટ બુક્સ પ્રા.લિ. X-30, ઓખલા ઇંડસ્ટ્રિયલ એરિયા, ફેઝ-II, નવી દિલ્હી-110020
ફોન	:	011- 40712200
ઇ-મેઇલ	:	wecare@diamondbooks.in
વેબસાઇટ	:	www.diamondbooks.in
સંસ્કરણ	:	2025

Chubhatey Kadve Pravachan (Gujarati)
By : Surya Sinha

સમર્પણ

આ પુસ્તક સમર્પિત છે
માતા વૈષ્ણો દેવીના
ચરણોમાં, જેમની
મારા પર અપાર કૃપા
છે.

પુસ્તકના વિષયમાં

મિત્રો,મેં આ પુસ્તકમાં કેટલાંક એવા ચુભતા (ભોંકાતા) વિચારોને લખવાનો પ્રયત્ન કર્યો છે, જે આપણાં જીવન સાથે કંઈક એ રીતે જોડાયેલાં છે, જેને આપણે નકારી નથી શકતા.

પ્રસ્તુત પુસ્તક *'ચુભતા કડવા પ્રવચન'* એક પુસ્તક માત્ર નથી, આ આપણાં લોકોના જીવનનું એવું સત્ય છે, જેનો તમે પણ ચોક્કસ અનુભવ કર્યો હશે. આ પુસ્તક એવા ચુભતા વિચારોથી ભરેલી કૃતિ છે, જે તમને ચુભશે (ભોંકાશે), શરમમાં મૂકશે, ઠેસ પહોંચાડશે, ઝંઝોળશે અને અલગ હટીને વિચારવા પર મજબૂર કરી દેશે.

આ એ પુસ્તકોમાંથી એક છે, જેને તમે તમારા ઘર, ઓફિસ અને વ્યક્તિગત રૂમમાં પણ રાખી શકો છો, જેથી ત્યાં આવવા વાળો દરેક વ્યક્તિ આ પુસ્તકને વાંચીને કેટલાક સારા સંસ્કાર અપનાવી શકે. આ પુસ્તકને વાંચનારાં પ્રત્યેક વ્યક્તિના મનમાં હજારો વિચારો આવશે, સંભવતઃ તે વિચારો એને ચુભશે, પણ સફળતાનો માર્ગ પણ જરૂર બતાવશે. આનાથી પ્રત્યેક વ્યક્તિને

પ્રામાણિકતા, સચ્ચાઈ, જવાબદારી, કર્તવ્ય, પરિશ્રમ, વિશ્વાસ અને બીજા ખૂબ જ વધારે પાઠ શીખવા મળશે.

જો તમને પ્રસ્તુત પુસ્તક (ચુભતા કડવા પ્રવચન) ચુભતી હોવા છતાં પસંદ આવે છે, તો મને પૂર્ણ વિશ્વાસ છે કે તમે આ પુસ્તકને ખુદ તો વારંવાર વાંચશો જ, સાથે જ એમાં લખેલાં વિચારોને પોતાના પરિવારના સભ્યો, મિત્રો,પાડોશીઓ અને ઓફિસમાં કામ કરવાવાળા તમારા સાથીઓને પણ સંભાળવવા, બતાવવા અને વંચાવવાનો પ્રયત્ન પણ કરશો. આ રીતે વ્યક્તિગત રૂપથી કરવામાં આવેલો તમારો પ્રચાર સમાજને નવી દિશા બતાવવામાં એક મહત્વપૂર્ણ ભૂમિકા નિભાવશે અને લોકોમાં ચેતના જગાવશે. આનાથી તમને આત્મસંતુષ્ટિ તો મળશે જ, સાથે-સાથે આ પુસ્તક અને તમારી સમાજ કલ્યાણની ભાવના તમારા જીવનને સફળ બનાવવામાં મદદરૂપ સાબિત થશે.

મિત્રો, તમારા સહયોગ, ભાગીદારી અને સમર્થન માટે હું તમારો સહૃદય આભાર વ્યક્ત કરું છું. આ જ શબ્દોની સાથે અત્યારે તો હું એ જ કહીશ કે-

જે પણ સાચું છે, શ્રેષ્ઠ છે, શુધ્ધ છે,
બેશક તીખું છે, કડવું છે, ચુભે છે,
તે જ ક્ષણે એને સ્વીકારી લેવું જોઈએ.

- સૂર્યા સિન્હા

વિચાર ક્યારે અને કેવી રીતે બને છે?

જ્યારે આપણે કોઈ ઘટનાને ઘટતા જોઈએ કે સાંભળીએ છીએ, ત્યારે આપણાં મન-મસ્તિષ્કનાં કેટલાંક નવા તથા એનાથી મળતાં-હળતાં વિચાર આવી જાય છે. એ વિચારો પર આપણે જેટલું ઉંડાણપૂર્વક અને જેટલા દૃષ્ટિકોણથી ચિંતન-મનન કરીએ છીએ, તે એટલાં જ અલગ-અલગ રૂપોમાં આપણાં મન-મસ્તિષ્કમાં આવવા લાગે છે. હવે આપણે એ વિચારોને કેવી રીતે આપણાં જીવનમાં અમલમાં લાવીએ છીએ અથવા કેવી રીતે વ્યક્ત કરીએ છીએ, એ ખુદ આપણાં પર નિર્ભર કરે છે. એવું નથી કે દરેક જગ્યાઓ કે દરેક સ્થિતિમાં આપણાં બધાના વિચાર એક-બીજાથી અલગ હોય. એવી ઘણી સ્થિતિઓ હોય છે, જ્યારે આપણાં વિચાર એકમત થઈ જાય છે. કારણ, માનવ મસ્તિષ્ક આ વિચાર, તુલના તથા નિર્ણય કરવાની ક્ષમતા રાખે છે કે શું સાચું છે અને શું ખોટુ છે.

હા, અહીંયા આપણે એ જરૂર કહી શકીએ છીએ કે આપણું ચેતન મસ્તિષ્ક ફક્ત એ જ ઘટનાઓ અને વિષયો પર પોતાના વિચાર અને વિચારધારા પ્રગટ કરી શકે છે, જે એના જીવનમાં ઘટિત થયાં હોય અથવા જે ઘટનાઓ અને વિષયોને એણે જોયા, સાંભળ્યા અને અનુભવ

કર્યા હોય.

પ્રસ્તુત પુસ્તક (ચુભતા કડવા પ્રવચન)માં પણ એવાં ઘણાં વિચાર હશે, જેના પર તમારા અને મારા વિચાર એકમત હોય. જ્યાં તમને લાગશે કે આ વિચાર તમારા પોતાના જ છે.

શક્ય છે, એવા ઘણાં વિચાર પણ હોઈ શકે છે, જેના પર આપણાં વિચાર એકબીજા સાથે મેળ ના ખાય. જો તમારા પ્રયત્ન કરવા પર પણ આપણાં વિચાર એકબીજા સાથે ના મળે, તો મારો તમને અનુરોધ છે કે જે વિચારો પર તમારા અને મારા વિચાર એકમત નથી થઈ રહ્યાં, એ વિચારોને તમે વધારે ઊંડાણતાપૂર્વક તપાસો અને પરખો. હકીકતમાં અહીંયા જ મારા વિચારો તમને વધારે ચુભશે (ભોંકાશે) અને અહીંયા જ તમારે સુધારાની જરૂર પડશે. અહીંયા ધ્યાન આપવાવાળી વાત એ છે કે જો આપણાં વિચારો એકમત નથી થઈ રહ્યાં, તો આનો દોષ આપણાં મસ્તિક કે વિચારધારાનો નથી. આનું મુખ્ય કારણ છે કે આપણાં લોકોનો જોવાનો અને સાંભળવાનો પોત-પોતાનો દૃષ્ટિકોણ. આપણે જે દૃષ્ટિકોણથી જોઈએ છીએ, એ જ હિસાબથી પોતાના વિચારોને વ્યક્ત કરીએ છીએ. જો ક્યાંય મારા વિચાર તમારા વિચારો સાથે મેળ ન ખાય, તો જરાં પોતાના દૃષ્ટિકોણને બદલીને મારા દૃષ્ટિકોણથી વિચારવાનો પ્રયત્ન કરજો, ત્યારે તમે જાણશો કે તમારા અને મારા વિચાર એકમત થઈ ગયા છે. ત્યારે કદાચ તમને પણ એવું પ્રતીત થવા લાગે કે આ વિચાર તમારા ખુદના છે. જો એવું લાગે તો આ વિચારોને પોતાના જીવનમાં લાગૂ કરવામાં કોઈ પણ પ્રકારની પરેશાની નહીં થાય.

કહેલી-વણકહેલી મનની એ વાતો, એનાથી, જે મારા પોતાના ના થઈ શક્યા

જીવનમાં આપણને જે ઘાવ મળે છે, જે દર્દ મળે છે, જે ઠેસ મળે છે, દગો મળે છે, દુઃખ મળે છે, એ બધું આપણને આપણાં પોતાના જ આપે છે. આપણાં પોતાના જ હંમેશા પીઠ પાછળ વાર કરે છે. દુશ્મન ક્યારેય પીઠ પાછળ હુમલો નથી કરતો. જેમ કે આપણી સાથે લડવા માટે તે હંમેશા સામે હોય છે, પરંતુ મિત્રો પીઠ પાછળ હોય છે, હિમ્મત વધારવા અને સહારો આપવા માટે. આપણને એમના પર વિશ્વાસ હોય છે અને એ મિત્રો તક મળતાં જ પોતાના અંગત સ્વાર્થ ખાતર, અંગત મહાત્વાકાંક્ષાઓની પૂર્તિ માટે વિશ્વાસઘાત કરવામાં એક ક્ષણ પણ નથી ગુમાવતાં. તેઓ બધા અહેસાન, બધું પોતાપણું, બધા

વાયદા- સોગંધો બધું જ ભૂલી જાય છે. આથી એ પોતાનાથી હંમેશા સાવધાન રહો જે ખૂબ જ વધારે આપણાં પોતાના છે. જેમની પાસે આવા પોતાના હોય, એમને દુશ્મનોની જરૂર નથી પડતી, આવા પોતાના હોવાનું નાટક કરતાં લોકોથી બચો કેમ કે આવાઓ દ્વારા ફેંકીને મારવામાં આવેલું ફૂલ પણ ઊંડી ઠેસ પહોંચાડી શકે છે. આવી ઠેસોને, આવા ઘાવોને મનમાં ના લગાવી લેતાં, આને એક પાઠ ભણવાની રીતે લેજો. વિચારી લેજો કે ઘણું ઓછું ગુમાવીને એક મોટો પાઠ ભણી લીધો. જૂના વાયદાઓ- સોગંધોને યાદ કરીને નિરાશ ના થતાં, પોતાના લક્ષ્યથી વિમુખ ના થઈ જતાં. એ પરિસ્થિતિ સુધી ના પહોંચી જતાં કે એ જ પોતાના કહેવા લાગે કે આ તો અમારી લાકડીઓના સહારે ચાલતો હતો. આનો સહારો તો અમે હતા. આવી ઠેસોથી પાઠ ભણીને, દર્દનો કડવો ઘૂંટડો પીને, તમારે મજબૂત બનવાનું છે. પહેલાથી વધારે ઝડપથી, વધારે

ઉત્સાહથી, વધારે સમજી-વિચારીને પોતાના લક્ષ્ય તરફ વધવાનું છે અને એ પોતાનાઓને બતાવી દેવાનું છે કે હું તમારા સહારાનો કાલે પણ મોહતાજ ન હતો અને આજે પણ નથી. આવી ઠેસો મારા મજબૂત ઈરાદાઓને હલાવી નથી શકતી. હું જીવનની યાત્રા પર છું અને આપણે બધાં જીવનરૂપી આ રેલમાં મુસાફરો છીએ. આ સફરમાં મને અલગ-અલગ પ્રકારના મુસાફરો મળ્યાં છે અને આગળ પણ મળતાં રહેશે. જ્યારે એનું સ્ટેશન આવશે તો ઉતરી જશે, પરંતુ હું તો મારા પડાવ સુધી પહોંચીને જ દમ લઈશ. કોઈ મુસાફર પોતાપણું બતાવીને, જુઠી હમદર્દી દેખાડીને, મારી સાથેં વિશ્વાસઘાત કરીને મને મારા પડાવ સુધી પહોંચવામાં રોકી નહીં શકે.

મિત્રો! આવા પોતાનાઓને પોતાની દઢતાથી, પોતાની સૂઝબૂઝથી નજરો ઝૂકવવા માટે મજબૂર કરી દેજો. વગર એના કે ખુદને નિરાશાના ગર્તમાં ઉતારીને

ગુમનામીના અંધારામાં ખોવાઈ જવું. આજ જીવન છે, આ જ સત્ય છે. યાદ રાખજો કે સોનુ જેટલું તપે છે, એટલો જ એનામાં નિખાર આવે છે. પોતાના સોના હોવા પર તમે ક્યારેય સંદેહ ના કરતાં.

તપી તપીને નિખરી રહ્યાં છો તમે,
સોનુ તમારું નામ છે,
તપતાં રહ્યાં છો, તપતાં રહેશો,
તપવાનું જ તમારું કામ છે.
ઠેસ, દર્દ, ઘાવ, દગો આપીને,
અડચણો લાખ નાંખે કોઈ,
પરંતુ જાણો છો તમે, શું છે તમારું કામ
અને કયો તમારો મુકામ છે.

★★★

પ્રાર્થના

હું પરમપિતા પરમાત્માને પ્રાર્થના કરું છું કે મારા જીવનની પ્રત્યેક ક્ષણોને બીજાઓ સાથે પ્રેમભાવથી વિતાવવા ઈચ્છું છું. હું અચ્છાઈ અને બુરાઈના અંતરને સમજીને મારા જીવનની પ્રત્યેક ક્ષણોમાં ફક્ત અને ફક્ત સારાઈની મિસાલ છોડીને જવા ઈચ્છું છું, આથી-

હે મારા પરમપિતા પરમેશ્વર! મને એટલી શક્તિ આપ કે હું લોકોની સામે હાથ ના ફેલાઉં

હે પરમપિતા પરમેશ્વર! મને એટલી શક્તિ આપ કે હું મારા હાથો વડે લોકોને કંઈક આપી શકું.

હે મારા પરમપિતા પરમેશ્વર! મને એટલી શક્તિ આપ કે મારા હાથ અસહાયોનો સહારો બની જાય.

હે મારા પરમપિતા પરમેશ્વર! મને એટલી શક્તિ આપ કે મારા પગ અપંગોના પગ બનીને કામમાં આવે.

હે મારા પરમપિતા પરમેશ્વર! મને એટલી શક્તિ આપ કે મારી આંખો અંધોને માર્ગ દેખાડે.

હે મારા પરમપિતા પરમેશ્વર! મને એટલી શક્તિ આપ કે મારી જીભ દુઃખી અને આંસુ સારતા લોકોને સાંત્વના આપી શકે.

હે મારા પરમપિતા પરમેશ્વર! મને એટલી શક્તિ આપ કે મારી જીભ નિરાશ અને અસફળ લોકોમાં ઉત્સાહ ભરી દે અને સફળતા માટે પ્રોત્સાહીત કરી શકે.

હે મારા પરમપિતા પરમેશ્વર! મને એટલી શક્તિ આપ કે હું ગરીબ અને બીમારોની સેવામાં મારો પરસેવો વહાવી શકું.

હે મારા પરમપિતા પરમેશ્વર! મને એટલી શક્તિ આપ કે મારા ઘરમાં જો કોઈ આવે, તો ભૂખ્યો- તરસ્યો પાછો ના જાય.

હે મારા પરમપિતા પરમેશ્વર! મને એટલી શક્તિ આપ કે હું એ કાબેલ બની શકું કે દેશ-દુનિયાને કામ આવી શકું.

★ ★ ★

આ સૂક્તિઓની ગાંઠ બાંધી લો-

✓ કોઈ પણ પ્રેરક કોઈને પ્રેરિત નથી કરી શકતો.

✓ કોઈ પણ માણસ કોઈની જિન્દગી નથી બદલી શકતો.

✓ કોઈ પણ પુસ્તક કોઈને સફળતા નથી અપાવી શકતી.

✓ કોઈ પણ આત્મકથા કોઈને માર્ગ નથી દેખાડી શકતી.

✓ કોઈની સલાહ કોઈની ખોટી આદત સુધારી નથી શકતી.

મારા કહેવાનો અર્થ છે કે જો કોઈ વ્યક્તિ ખુદને બદલવા જ ના ઈચ્છે, તો દુનિયાની કોઈ તાકાત એને બદલી શકતી નથી.

માણસ હોય કે પુસ્તક, આત્મકથા, સલાહ અથવા શિખામણ, એનાથી ફક્ત એક માર્ગ નજરે પડે છે, એના પર ચાલીને વ્યક્તિએ પોતાના જીવનને નિખારવું પડે છે.

★ ★ ★

✍ **સ**માજને સુધારવા અને બીજાઓને બદલતાં પહેલાં આપણે જે વસ્તુને બદલવાની જરૂર છે, તે આપણે ખુદ છીએ. જ્યારે આપણે એ જાણી લઈએ છીએ કે ખુદને બદલવા કેટલું મુશ્કેલ કાર્ય છે, તો આપણે એ પણ જાણી લઈએ છીએ કે બીજાઓને બદલવા કેટલું પડકારરૂપ કાર્ય છે. અથાગ પ્રયત્નો કરીને પહેલાં ખુદને બદલો, પછી બીજાઓને બદલવાના પડકારનો સ્વીકાર કરો.

★★★

હું એવા અગણિત સફળ લોકોના ઉદાહરણ આપી શકું છું, જેઓ પહેલાં પોતાના જીવનમાં હારી ચૂક્યા હતા, જેઓને લોકોએ હારેલા ઘોષિત કરી દીધાં હતા, લોકોએ જેમની મજાક ઉડાડી હતી અને તેમનો સાથ આપવાની ના પાડી દીધી હતી. છતાં પણ ધૂનના પાક્કા એ લોકો નિરાશ ના થયા, કેમ કે એમને વિશ્વાસ હતો કે તેઓ એક દિવસ જરૂર સફળ થશે. કારણ એ જ હતું કે તેઓ સમજી-વિચારીને ત્યાં સુધી સતત પ્રયત્ન કરતાં રહ્યાં, જ્યાં સુધી કે તેઓ સફળ ના થઈ ગયા. તે બધા લોકો, જે એમની મજાક ઉડાવીને અપમાન કર્યા કરતાં હતા, એમની સફળતા જોઈને એમને મળવા ઉત્સુક થઈ ગયા અને એમની જય-જયકાર કરવા લાગ્યાં.

★ ★ ★

ફક્ત કઠોર પરિશ્રમ કરીને જીવનને સાર્થક નથી બનાવી શકાતું. કારણ, કઠોર પરિશ્રમ તો ગધેડાં પણ કરે છે, પરંતુ ચારા ઉપરાંત એમને કશું જ પ્રાપ્ત નથી થતું. તે બોજ ઉઠાવતાં-ઉઠાવતાં જીવે છે અને બોજ ઉઠાવતાં- ઉઠાવતાં મરી જાય છે. જો તમે તમારા જીવન અને કાર્યોને સાર્થક બનાવવા ઈચ્છો છો, તો સમજી- વિચારીને મહેનત કરો. ત્યારે જ તમે સફળતા મેળવી શકો છો અને પોતાના જીવનને સાર્થક બનાવી શકો છો.

★★★

જો તમે ઘણી બધી સફળતાઓ મેળવી ચૂક્યા છો, તો પણ અહંકાર ના કરો. તમારી સફળતાની સફર પૂરી નથી થઈ, હજુ તમારે ઓર વધારે સફળતા મેળવવાની છે. જો તમે એ વિચારવા લાગ્યા છો કે જે મુકામ પર તમે પહોંચી ચૂક્યા છો, ત્યાં કોઈ બીજો નથી પહોંચી શકતો, તો આ તમારી જબરદસ્ત ભૂલ છે. સાથે જ આનો અર્થ એ થયો કે તમે બીજી સફળતાઓ નથી ઈચ્છતાં. મિત્રો, સફળતાનો અર્થ એ નથી કે એક સફળતા મેળવી લીધા પછી ત્યાં જ બેસી જવાય. સફળતાનો અર્થ તો એ છે કે એક સફળતાને મેળવ્યા પછી તરત જ બીજી મોટી સફળતા માટે પ્રયત્ન કરવામાં આવે. આ સતત ચાલનારી પ્રક્રિયા છે. બરાબર એ જ પ્રકારે, જેમ પાણી રોકાઈ જાય તો ગંદુ થઈ જાય છે, જીવન રોકાઈ જાય તો ધૂંધળું થઈ જાય છે. એવી જ રીતે સફળતા રોકાઈ જાય, તો ભૂતકાળ બની જાય છે.

★ ★ ★

હું એ લોકોને મળવાનું બિલકુલ પસંદ નથી કરતો, જે લોકો મને મળવાનું પસંદ નથી કરતા, કેમ કે હું મારી પસંદગીથી વધારે એમની પસંદને પસંદ કરૂ છું.

તમે પણ આવું કરીએ જુઓ. સુનિશ્ચિત તમે તમારા પસંદગીના લોકોની પ્રથમ પસંદ બની જશો.

★ ★ ★

માઁ-બાપ હોવાના સંબંધે પોતાના બાળકો પ્રત્યે આપણી ફરજ બને છે કે આપણે આપણાં બાળકોને એટલા ભણાવીએ- ગણાવીએ અને એવાં સારા સંસ્કાર શીખવાડીએ કે જ્યારે તેઓ મોટા થાય, તો પોતાના સદ્ગુણોથી ખુદ પણ મહેકે અને બીજાઓને પણ મહેકાવે.

એમની સભ્યતા, સંસ્કૃતિ અને સારા સંસ્કાર જોઈને ના ફક્ત આપણને ગર્વ અનુભવાય, બલ્કે આપણાં બધા સગા-સંબંધીઓ, આસ-પાડોશો, વિસ્તારમાં અને સમાજના અન્ય લોકો પણ ગર્વથી કહે-

'જુઓ, પેલા ફલાણાંના બાળક જઈ રહ્યાં છે, કાશ! આપણે પણ આપણાં બાળકોને આમના જેવા ગુણો અને સંસ્કારોની ઘુટ્ટી પીવડાવી હોત.'

★ ★ ★

બાળકોના ઝઘડામાં મોટાઓ અને સાસુ-વહુના ઝઘડામાં બાપ-બેટાએ ક્યારેય ના પડવું જોઈએ. બની શકે કે, ઘરની ઘણી વાતોમાં સાસુ-વહુમાં ક્યારેક કોઈક વિવાદ થઈ જાય, જે હંમેશા આપણાં ભારતીય પરિવારોમાં થતો રહે છે, જેની ફરિયાદ વહુ સાંજે ઘેર પાછા આવેલાં પતિને કરે. પતિના કાન ભરીને એના દિલમાં મેલ નાંખવાની આ સ્થિતિ વધારે પડતી વિકટ અને દુઃખદાયી હોય છે.

આવી સ્થિતિમાં પતિને જોઈએ કે તે પોતાની પત્નીની ફરિયાદો પર ધ્યાન ન આપે અને ના તો પત્નીની ભંભેરણીમાં આવીને પરિવારજનોની સામે એના પક્ષમાં ઊભો રહે. સમજદાર પત્નીએ પણ આવું બિનવ્યાજબી કામ કરવાથી દૂર રહેવું જોઈએ.

જો કોઈ વ્યક્તિ થાકીને ઘેર આવ્યો હોય અને રોજ-રોજ કોઈની ફરિયાદને વારંવાર સાંભળે છે, તો એને એ વાતોથી એકને એક દિવસ કંટાળો અને ક્રોધ જરૂર આવી જાય છે, પછી આ જ ક્રોધને કારણે તે કોઈ કઠોર નિર્ણય પણ લઈ લે છે, જેનાથી એના પરિવારના તૂટવાની શક્યતાઓ વધી જાય છે. પરિવાર તૂટે છે, તો દિલ તૂટે છે. દિલના તૂટવાનો અવાજ નથી થતો, પરંતુ દિલ તૂટવા પર જલજલો આવી જાય છે.

☞ કૃપા કરીને ધ્યાન રાખો, તમારી પત્નીની એવી કોઈ સંગીન હરકત પરિવાર તૂટવાનું કારણ તો નથી બનવા જઈ રહી.

★ ★ ★

✍ તમે જેટલો અભ્યાસ કરશો, એટલાં જ તમે તમારા કાર્યમાં સક્ષમ અને પ્રવિણ થતાં જશો. જે રીતે કોઈ પથ્થર હથોડાના સોમાં હુમલાએ તૂટી જાય છે, તો આનો અર્થ એ કદાપિ નથી થતો કે એ પથ્થર સોમાં વારથી જ તૂટ્યો છે. એ પથ્થર પર તો એ હથોડાએ પ્રથમ વારથી જ અસર શરૂ કરી દીધી હતી. તમે પણ તમારું લક્ષ્ય મેળવવા માટે નિરંતર કઠોર પ્રયત્ન કરતાં રહો, કેમ કે પહેલી વખત કરવામાં આવેલાં પ્રયત્નથી જ તમારી સફળતાની શરૂઆત થઈ ચૂકી હોય છે.

★ ★ ★

પુણ્યથી પ્રાપ્ત કરવામાં આવેલી વસ્તુ અને પસંદગીથી પ્રાપ્ત કરવામાં આવેલી વસ્તુ, બંનેમાં ઘણો ફરક હોય છે.

પસંદ કરીને આપણે આપણી પસંદની પત્ની તો મેળવી શકીએ છીએ, પરંતુ માઁ નથી મેળવી શકતા. માઁ તો ફક્ત પુણ્ય કરીને જ પ્રાપ્ત કરી શકાય છે.

માઁ ના હોત, તો આપણે ના હોત, આ દુનિયા ના હોત. આથી દુનિયાની દરેક સભ્યતા, સામાજિક વ્યવસ્થા, નૈતિક શિક્ષા અને ધાર્મિક ગ્રંથોમાં માતાને વિશિષ્ટ સ્થાન આપવામાં આવ્યું છે.

હિન્દુ મતાનુસાર માતાથી મોટું કોઈ નથી, તો ઈસ્લામ ધર્મ પ્રમાણે માતાના ચરણોની નીચે જન્નત છે. જે વ્યક્તિ પોતાની માતાનો ના થયો, એ દુનિયામાં કોઈનો પણ નથી થઈ શકતો. આવા વ્યક્તિ અને પશુમાં કોઈ ભેદ નથી.

★ ★ ★

આજે આપણે સમાજમાં ચારે બાજુ જોઈએ છીએ, તો સ્વાર્થની બોલબાલા જોઈએ છીએ. સ્વાર્થ સિધ્ધિ માટે લૂંટ, માર-પીટ, ખૂન-ખરાબી, પાપ અને અત્યાચાર દિન-પ્રતિદિન વધતાં જઈ રહ્યાં છે. મનુષ્ય આ વાતને ભૂલતો જઈ રહ્યો છે કે કાલે એણે પણ મરી જવાનું છે. એ પછી ઈશ્વર એની પાસેથી એના કર્મોનો હિસાબ લેશે.

મારા વિચારથી આ અસામાજિક અને અમાનવીય પ્રવૃત્તિને રોકવાનો આ જ ઉપાય છે કે આપણે દરેક ચાર રસ્તા પર સ્મશાન અને કબ્રસ્તાન બનાવડાવીએ. જ્યાંથી જો કોઈ વ્યક્તિ પસાર થાય તો ત્યાં સળગતી લાશો અને દફન થતાં લોકોને જોઈને એનો આત્મા કાંપી ઉઠે અને મૃત્યુનો ડર લાગવા લાગે. એ વિચારવા પર મજબૂર થઈ જાય કે દુનિયામાં ના કંઈ લઈને આવ્યો હતો, ના કંઈ લઈને જવાનો છે, પછી અંગત સ્વાર્થના માટે અમાનવીય કાર્ય કરવાથી શો લાભ!

જો એવું થઈ ગયું તો દુનિયામાં વધવાવાળી સ્વાર્થપરક લૂંટ, માર-પીટ, ખૂન-ખરાબી, અત્યાચાર જેવાં પાપ પણ કદાચ ખતમ થઈ જશે.

યાદ રાખો, જ્યાં સ્વાર્થ હોય છે, ત્યાં જ મોહ, માયા, ક્રોધ અને હિંસા જેવા પાપ પગ પેસારો કરે છે. પોતાની સાથે-સાથે બીજાઓ પ્રત્યે સકારાત્મક વિચારધારા રાખો અને પરોપકારી બનો. જે દિવસે તમે અંગત સ્વાર્થથી ઉપર ઉઠીને કાર્ય કરવા લાગશો, એ જ દિવસથી તમારા 'માણસ' બનવાની પણ શરૂઆત થઈ જશે.

★ ★ ★

જો તમે સમાજમાં માન અને સન્માન મેળવવા ઈચ્છો છો તો તમારે -

મગજને ઠંડુ,.
ખિસ્સાને ગરમ,
આંખોમાં શરમ,
જીભને નરમ,
દિલમાં દયા,
દુઃખિયો પર કરમ

અને પોતાના વ્યવહારને સારો બનાવીને રાખવો જ પડશે.

જો તમે આવું કરી લીધું તો પછી જોશો કે આ ધરતી પર તમને સ્વર્ગનો આભાસ થવા લાગશે.

★ ★ ★

ક્રોધ કરવો એટલો ખરાબ નથી, જેટલો ખરાબ ક્રોધ પછી દુશ્મની કે વેર પાળી લેવાનું છે. ભલે તમે કોઈની સાથે લડી લો, ઝઘડી લો, માર-પીટ કરી લો, પરંતુ ક્યારેય પણ બોલચાલ બંધ ના કરો, કારણ -

બોલચાલ બંધ થતાં જ અરસ-પરસના સમાધાનના બધાં જ દરવાજા બંધ જાય છે. લડાઈ-ઝઘડો, માર-પીટ અને ક્રોધ તો બાળકો પણ કરે છે, પરંતુ તેઓ ક્યારેય દુશ્મની કે વેર નથી પાળતા. તેઓ એક પળ માર-પીટ કે લડાઈ-ઝઘડો કરે છે, તો બીજી જ પળે એક થઈ જાય છે.

ઝઘડો તો કરો, પરંતુ ધ્યાન રાખો, જેનાથી ઝઘડો, ગુસ્સામાં એને એવી વાતના બોલો કે કાલે ઉઠીને ફરીથી મિત્ર બને, તો તમારે શરમમાં મૂકાવું પડે.

★ ★ ★

✍ જે રીતે માણસને શીખવા માટે દુનિયામાં ઘણું બધું છે. એવી રીતે મનુષ્યના જીવનમાં ભૂલવા માટે પણ ઘણું બધું છે.

હકીકતમાં જો તમે કંઈક ભૂલવા જ ઈચ્છો છો, તો હું એ કહીશ કે તમે બે વાતોને તદન ભૂલી જાઓ.

☞ પહેલી વાત એ છે કે-

જો તમે જાણે-અજાણ્યે, પરોક્ષ કે અપરોક્ષ રૂપથી કોઈનું પણ ભલુ કર્યુ છે, તો એ વાતને અત્યારે જ ભૂલી જાઓ.

નેકી કર, દરિયામાં નાંખ

☞ બીજી વાત એ છે કે-

જો ક્યારેય કોઈએ તમારી સાથે કંઈક ખરાબ કર્યું હોય અથવા કંઈક ખરાબ કહ્યું હોય, તો એ વાતને અત્યારે જ ભૂલી જાઓ.

અહેસાન કરીને યાદ રાખવો અહંકારને પાળવાની વૃત્તિ છે, તો બીજાનો દુર્વ્યવહાર યાદ રાખવાથી ક્યાંકને ક્યાંક, કોઈને કોઈ રૂપમાં બદલો, પ્રતિઘાત અથવા પ્રતિહિંસાની ભાવના પળાય છે.

આ બંને જ વાતો અંગત રૂપ ઉપરાંત આખીય માનવ-જાતિ તથા સમાજ માટે નુકસાનકારક છે.

માનવ-જાતિ અને સમાજનું નુકસાન કરીને તમે લાભ જરાપણ ઉઠાવી નથી શકતાં.

★ ★ ★

દુનિયામાં પ્રેમથી મોટું કોઈ સ્વર્ગ નથી અને ધૃણા તેમજ નફરતથી મોટું કોઈ નરક નથી.

જે વ્યક્તિના પરિવારમાં અરસ-પરસ પ્રેમ અને સમર્પણ ભાવના છે, તો સમજો કે એનું જીવન સ્વર્ગ છે અને જે ઘરમાં દુનિયાની બધી સુખ-સુવિધા તો હાજર છે, પણ અરસ-પરસ પ્રેમ અને સમર્પણ ભાવના નથી તો એ ઘર, ઘર નહીં પણ એક સ્મશાનની જેમ છે.

જે રીતે કબ્રસ્તાનમાં અનેક મડદાં તો હોય છે, પરંતુ તેઓ ના તો એક બીજાને મળે છે, ના તો વાતો કરે છે અને ના તો પ્રેમ રાખે છે.

ઠીક એ જ પ્રકારે જે ઘરમાં પતિ-પત્ની, સાસુ-વહુ, બાપ-બેટા અને ભાઈ-બહેન સાથે તો રહેતા હોય, પરંતુ એકબીજાને જોઈને ના તો પ્રેમથી વાત કરતાં હોય, ના હસતા હોય અને ના તો પ્રેમભાવ

રાખતાં હોય, તો શું એ ઘર એક કબ્રસ્તાન જેવું નથી?

જુઓ, ક્યાંક તમે આવા જ કબ્રસ્તાનમાં તો નથી રહેતાને?

જો હા, તો જુઓ, એ કયા કારણ છે, જેણે તમને અને તમારા પરિવારજનોને મડદાં અને ઘરને કબ્રસ્તાન બનાવી દીધાં છે.

કબ્રસ્તાનથી બહાર નીકળીને જીવવું છે, તો ખુદને પ્રેમથી હર્યાભર્યા કરવાની પહેલ કરવી પડશે. પ્રેમથી બીજાઓને પોતાના બનાવો અને ખુદ પણ એમનાં બની જાઓ.

પ્રેમ જાદુની એ લાકડી છે જે પલક ઝબકતાં જ મડદામાં પણ પ્રાણ ફૂંકી દે છે.

★ ★ ★

વૃધ્ધો-વડીલો, માઁ-બાપ કે મોટા ભાઈ-બહેન જો આપણને કંઈક ખરાબ કહે છે તો આપણાં સારા માટે જ કહે છે.

આથી ક્યારેય વૃધ્ધો-વડીલો, માઁ-બાપ કે મોટા ભાઈ-બહેન આપણને દાંટ આપે તો આપણે એમની વાતોનું ખરાબ ન લગાડવું જોઈએ.

આપણી ખુલ્લી આઝાદી, અભદ્ર વ્યવહાર, અસામાજીક ચાલ-ચલગત કે અનૈતિક મનમરજી પર જો આપણાં વડીલો અંકુશ લગાવે છે તો એમના એ પ્રયત્નો પર ચીડાવાને બદલે એ સમયે આપણે એમ વિચારવું જોઈએ કે આપણી ભૂલો માટે આપણાં શુભચિંતક આપણને સચેત નહીં કરે તો કોણ કરશે.

★ ★ ★

વૃધ્ધો આપણાં સૌથી મોટા શિક્ષક અને શિક્ષાલય છે, કેમ કે એમને જોતાં જ ઉગતા સૂરજની ડૂબતી વાર્તાનું જ્ઞાન થાય છે. આ માટે કોઈ વિદ્વાને સાચું જ કહ્યું છે કે- વૃધ્ધોની સંગતિ કરો, કેમ કે વૃધ્ધોના ચહેરા પરની એક-એક કરચલી એમના જીવનના હજારો અનુભવ બતાવે છે. એમનાં ડગમગતા પગલાં, ધ્રૂજતા હાથ, મુરઝાયેલો ચહેરો અને હલી રહેલાં ગળાથી શીખ મળે છે કે જે કંઈ પણ તમે કરવા ઈચ્છો છો, એ બધું જ આજે, અત્યારે અને આ જ સમયે કરી લો, નહીંતર સમય રેતીની જેમ મુઠ્ઠીમાંથી લપસી જશે. કાલ કરે સો આજ કર, આજ કરે સો અબ.

આજનું કામ કાલ પર ક્યારેય ના ટાળો. કેમ કે કાલ ક્યારેય આવતી નથી. આવે પણ છે તો એ હતાશા, નિરાશા અને પસ્તાવાથી ભરેલી હોય છે.

★ ★ ★

મેં મારા વ્યક્તિગત અનુભવોમાંથી શીખ્યું છે કે આપણને બીજો લોકો એટલો દગો નથી આપતાં, જેટલો દગો આપણે ખુદને આપીએ છીએ. આપણી અસફળતાઓ માટે બીજા લોકો એટલા જવાબદાર નથી હોતા, જેટલાં કે આપણે ખુદ હોઈએ છીએ.

અસફળતાને સફળતામાં બદલવી છે તો સૌથી પહેલાં ખુદને પારદર્શી, લગનશીલ અને નિષ્ઠાવાન બનાવો. ખયાલી પુલાવ પકાવવાથી કશું જ પ્રાપ્ત નથી થતું. માત્ર કલ્પનાના સંસારમાંથી નીકળીને હકીકતની દુનિયામાં પણ આવો અને એને સાકાર કરવાનો પ્રયત્ન કરો.

આ પ્રકારે તમે ખુદને દગો આપવાનું છોડી દેશો અને બીજાઓ પણ તમને સરળતાથી દગો નહીં આપી શકે.

★ ★ ★

જો આપણે ધનવાન કહેવાતાં મોટાભાગના લોકોને જોઈએ તો જાણીશું કે ના તો સૂવા પર એમનું નિયંત્રણ છે અને ના તો જાગવા પર. એમને રોજ રાત્રે સૂવા માટે ઉંઘની ગોળી ખાવી પડે છે અને સવારે જાગવા માટે ઘડીયાળમાં એલાર્મ લગાવવું પડે છે.

પૈસા કમાવવા સારી વસ્તુ છે, પરંતુ ઘર-પરિવારથી દૂર રહીને, જવાબદારીઓથી વિમુખ થઈને, પોતાની ખુશીઓ, અંગત ઈચ્છાઓનું ગળુ દબાવીને પૈસા કમાવવાનું મશીન બની જવું યોગ્ય નથી.

પૈસા તો કમાઓ, પણ પોતાના પરિવાર અને જવાબદારીઓનું પણ ધ્યાન રાખો. માનસિક તણાવ અને ઉંઘની ગોળીઓનું વધારે સેવન સ્વાસ્થ્ય માટે ઘાતક છે. સ્વાસ્થ્ય સારૂં નહીં હોય, તો ના તમે તમારા પરિવારને કામ આવી શકશો, ના તો કમાયેલા ધનનો ઉપભોગ કરી શકશો. કમાશો તમે, ખાશે ડૉક્ટર.

★ ★ ★

હું એવા ઘણાં ધનાઢ્ય શેઠોને જાણું છું જેઓ કહેવા માટે શાકાહારી છે, પરંતુ એમના બધાં કર્મ માંસાહારી છે, જેઓ લસણ-ડુંગળી તો નથી ખાતા, પરંતુ વ્યાજ ખાવાનું ક્યારેય નથી ભૂલતા. જરાં વિચારીને જુઓ કે શું વ્યાજ ખાવું લસણ-ડુંગળી ખાવાથી મોટું તથાકથિત પાપ તો નથી. આપણે એ ક્યારેય ના ભૂલવું જોઈએ કે-

- પાપની કમાણીથી આપણે આપણાં બાળકોને ભવ્ય મકાનમાં રાખી શકીએ છીએ,
- સોના-ચાંદીની વાટકી-ચમચી અને મોંઘા રમકડાં અપાવી શકીએ છીએ,
- કિંમતી કારમાં ફેરવી શકીએ છીએ,
- મોટામાં મોટી શાળામાં ભણવા માટે મોકલી શકીએ છીએ, પરંતુ સારી શિક્ષા અને સારા સંસ્કાર ક્યારેય નથી અપાવી શકતા.

પાપની કમાણીનો એક પૈસો પણ હરામની કમાણીના લાખો રૂપિયા પર ભારે પડે છે.

આ સંદર્ભમાં મને એક વાર્તા યાદ આવી રહી છે

જૂના જમાનાની વાત છે. એક નગરશેઠની પાસે લાખોની સંપત્તિ હતી. અચાનક જ એ સંપત્તિ ઝડપથી ઓછી થવા લાગી. નગરશેઠ ચિંતામાં પડી ગયો. ખજાનચી પાસેથી એ રોજ પોતાનું બધું ધન કઢાવતો, એને વારંવાર જોતો રહેતો, પછી નિરાશ થઈને ચાલ્યો જતો. ખજાનચી સમજી નહોતો શકતો કે શેઠ રોજ-રોજ આ શું અને કેમ કરતાં હતા. એક દિવસ એણે આનું કારણ પૂછ્યું તો નગરશેઠ આહ ભરીને બોલ્યો, મારા ધનના ઢગલામાં હું પાપની કમાણીના એ સિક્કાને શોધું છું, જે ભૂલથી કે જાણે-અજાણ્યે ક્યાંકથી આવી ગયા છે. એણે મારા સંચિત ધનને પગ તો લગાવી જ દીધાં છે, મારા એક માત્ર પુત્રના સંસ્કારો અને એની માનસિકતાને પણ દૂષિત કરી દીધી છે.

યાદ રાખો, પાપની કમાણીથી સીંચવામાં આવેલા વૃક્ષના ફળ હંમેશા કડવા હોય છે.

★ ★ ★

આજે આપણાં દેશ અને સમાજને ફક્ત બોલવાવાળાની જ નહીં, બલ્કે કંઈક સારું કરી બતાવનારાઓની સખત જરૂર છે.

એ ના વિચારો કે દેશ અને સમાજથી તમને શું મળી રહ્યું છે, પરંતુ એમ વિચારો કે દેશ અને સમાજને તમે શું આપી રહ્યાં છો અને શું ઉત્તમ આપી શકો છો.

આથી હંમેશા તમે કંઈક એવું કરો અને સતત કરતાં રહો કે સમાજ અને દેશની તકદીર બદલાઈ જાય. સમાજ અને દેશની તકદીર બદલાશે, તો તમારા દિવસ આપોઆપ બદલાઈ જશે.

★ ★ ★

એ લોકો, જેઓ ધાર્મિક આડંબર કરીને ધર્મની આડમાં પોતાના સ્વાર્થોને પુરા કરે છે અને કહેવાતા ધર્મના ઠેકેદાર બની બેઠા છે, હકીકતમાં ધર્મના અસલી દુશ્મન એ લોકો જ છે.

જે રીતે આજે આપણાં દેશના ખજાનાને ચોરોથી નહીં, બલ્કે એના રક્ષકોથી ભય છે. બરાબર એ જ પ્રકારે જો તમે માનો તો જાણશો કે આપણાં દેશને દુશ્મનોથી નહીં, પરંતુ દેશના ગદ્દારોથી ભય છે. એવી જ રીતે જો તમે વિચારો તો જાણશો કે એક ધર્મને કોઈ બીજા ધર્મથી નહીં, પરંતુ એ જ ધર્મના ઠેકેદારોથી જોખમ છે. કોઈ પણ ધર્મના દુશ્મન નાસ્તિક લોકો નથી, પરંતુ ધર્મના ઠેકેદાર કહેવાતાં તથાકથિત આસ્તિક લોકો છે. ચોર ખુદ ચોરી કરીને બરાડા પાડી રહ્યો છે- જાગતે રહો. આ[illegible] ગે આવા પાખંડીઓ, માનવતા, સમાજ, ધર્મ અ ને દેશના દુશ્મનોથી સાવધાન રહેવાની સખત જરૂર છે. ★★★

ટીકાકાર ખરાબ તો લાગે છે, પરંતુ હકીકતમાં ખરાબ નથી હોતા. સાચા અર્થમાં તે આપણાં જીવનના માર્ગ પ્રદર્શક હોય છે. ટીકાકાર આપણી ઊણપો- ખામીઓને દિપ્તીમાન કરે છે, તો સારાઈઓ અને ખૂબીઓના વખાણ પણ કરે છે.

આખરે પથ્થર પણ એ જ ઝાડ પર મારવામાં આવે છે, જેના પર મીઠા ફળ લાગેલા હોય છે, આથી આપણે આપણામાં ઊણપો અને ટીકાઓ સાંભળવાની હિંમત પેદા કરવી જોઈએ, અને એને દૂર કરીને સારાઈઓને નિખારવા માટે સતત પ્રયત્નશીલ રહેવાની પણ જરૂર છે.

સફળતા એ જ વ્યક્તિને મળે છે, જે અંગત કમીઓને સતત દૂર કરીને પોતાના લક્ષ્ય તરફ વધતો રહે છે.

તેથી ક્યારેય ટીકાકારોથી ના કતરાઓ, ના ક્યારેય ટીકાઓથી ગભરાઓ. આત્મવિશ્લેષણ કરીને ખુદ પણ પોતાની ઊણપોને શોધો. પોતાની ખૂબીઓને આધાર બનાવો અને નક્કર પગલાં અને મજબૂત ઈરાદાથી પોતાના લક્ષ્ય તરફ વધતાં રહો. નિશ્ચિત જ સફળતા તમારા પગ ચુમશે.

★ ★ ★

જ્યારે આપણે આપણી કારકિર્દી (ભવિષ્ય) બનાવી રહ્યાં હોઈએ, તો એ સમયે એ ના જોવું જોઈએ કે દિવસ છે કે રાત. આપણે તો એ સમયે ફક્ત દિવસ- રાત જાગીને સમજી-વિચારીને સતત પરિશ્રમ કરતાં રહેવું જોઈએ.

એક વખત જ્યારે આપણે આપણી કારકિર્દી બનાવવામાં સફળ થઈ રહ્યાં છીએ, તો એના પછી આપણે અને આપણાં પરિવારના બધા સદસ્યો જીવનભર સુખેથી રહી શકીએ છીએ.

ભૌતિક સુખનો આધાર અથાગ મહેનત, લગન અને પોતાના કાર્ય પ્રત્યે ૧૦૦ ટકા પ્રામાણિકતા છે.

★ ★ ★

✍ **આ**જે જે કંઈ પણ તમારી પાસે છે, તે ફક્ત અને ફક્ત અમાનતની રીતે છે. કારણ-

- ☞ એક દિવસ તમારો પુત્ર તમારી વહુનો થઈ જશે.
- ☞ તમારી પુત્રીને તમારો જમાઈ લઈ જશે.
- ☞ તમારી જિંદગી મૃત્યુથી હારી જશે.
- ☞ તમારું શરીર સ્મશાન ભૂમિમાં રાખ, અથવા કબ્રસ્તાનમાં ખાક થઈ જશે.
- ☞ તમારું કમાયેલું બધું ધન, જમીન-જાયદાદ બધું જ કોઈ બીજાનું થઈ જશે.

જો બાકી કંઈ રહી જશે, તો તે હશે તમારા સારા કર્મ.

આથી પોતાના જીવનમાં પોતાના દરેક કર્તવ્યને સમજો, સારા સંસ્કાર, અપનાવો અને સારા કર્મ કરવામાં લાગી જાઓ. સારા કર્મોથી લોક પરલોક બંને નિખરે છે. ★★★

✍ **આ**પણે બધાં પોત-પોતાના ઘરોની બહાર ભલે એક ડૉક્ટર, વકીલ, એન્જિનીયર, ચાર્ટર્ડ એકાઉન્ટન્ટ, વ્યાપારી કે અધ્યાપક બનેલા રહીએ, પરંતુ જ્યારે સાંજે ઘેર પાછા ફરીએ તો પોત-પોતાના કામો અને ધંધાને બહાર જ છોડીને ઘરમાં પ્રવેશ કરો. આ એ માટે જરૂરી છે, કેમ કે-

ઘરોમાં આપણાં મગજ અને ધંધાની નહીં, પરંતુ દિલ અને સમર્પણની જરૂરીયાત હોય છે.

ઘરમાં આપણો કોઈ ઘરાક, વકીલનો અસીલ કે દરદી રાહ નથી જોઈ રહ્યો હોતો.

☞ ઘરમાં તો માતા પુત્રની,

☞ પત્નીને પતિની,

☞ બહેન ભાઈની,

☞ બાળકો પિતાની રાહ જોતાં હોય છે.

આ ઉપરાંત જો કોઈ કારોબારી, નૌકરશાહ વગેરે ઘેર પાછો આવે છે, તો તે રાહ જોતાં લોકો માટે

અજાણ જ હોય છે.

આવો વ્યક્તિ ના ખુદ પરિવાર સાથે જોડાઈ શકે છે, ના પરિવારને પોતાની સાથે જોડી શકે છે.

પરિણામ એ થાય છે કે-

☞ આત્મીયતા ઔપચારિકતામાં બદલાઈ જાય છે,

☞ લોહીના સંબંધો અપ્રામાણિક બની જાય છે,

☞ પોતાપણું, લાગણી તથા સમર્પણનું ક્યાંય નામોનિશાન નથી હોતું.

જેથી આપણે બધાએ હંમેશાં એ જ પ્રયત્ન કરવો જોઈએ કે સાંજે ક્યારેય પણ પોતાના ઘરે પાછા ફરો તો એક પિતા, પુત્ર, પતિ અને ભાઈ બનીને ફરો.

પારિવારિક પ્રેમ, એકતા, અરસ-પરસના વિશ્વાસ અને લાગણીની આ પ્રથમ શરત છે. આ શરતને પૂરી ન કરી શકવાવાળો વ્યક્તિ સૌથી અલગ-થલગ પડી જાય છે.

★ ★ ★

એક વખતની વાત છે. એક નનામીને ઉઠાવીને કેટલાક લોકો ચાલતાં જઈ રહ્યાં હતા. એ જ ભીડમાં કેટલાક લોકો એકબીજા સાથે વાતો કરી રહ્યાં હતા, બિચારો ચાલી ગયો.

યમરાજે એમની વાતો સાંભળી અને મનમાં ને મનમાં વિચાર્યુ- બધાં જાણે છે કે એમની પણ આ જ ગતિ થવાની છે. ઉંમરનું પાંદડુ સૂકાતાં જ જીવનની ડાળથી વિખેરાઈ જશે. મનુષ્ય એ પણ જાણે છે કે મૃત્યુ પછી ઈશ્વરને પોતાના કર્મોનો હિસાબ આપવો પડશે. એણે જેવા કર્મ કર્યા હશે, એવું જ ફળ મળશે. જેવી કરણી, તેવી ભરણી.

તેમ છતાં સારાઈથી વધારે એનું ધ્યાન બુરાઈ પર હોય છે. જૂઠ, અનાચાર, કપટ અને સ્વાર્થને તે પોતાનો જન્મસિધ્ધ અધિકાર સમજે છે. મનુષ્ય થઈને મનુષ્યનું ઉત્પીડન કરવાનું એને સારું લાગે છે.

કેટલાય લોકોને તો એમ લાગે છે કે તડકો, હવા, ચાંદની, નદીઓ વગેરે ફકત એના માટે છે. આથી નેકી (ભલાઈ)ને બદલે બદી (બુરાઈ)ના રસ્તા પર વધારે ચાલે છે. એ જાણતાં હોવા છતાં પણ કે એક દિવસ એને ઈશ્વરને મ્હોં બતાવવાનું છે, જે એને એના દુષ્કર્મોનો દંડ આપશે, બુરાઈના રસ્તા પરથી પગલું પાછળ નથી ખેંચતો અથવા પગલું પાછળ હટાવવા જ નથી ઈચ્છતો. હે ભગવાન! ભટકેલા લોકોને સદ્‌બુધ્ધિ આપ.

★ ★ ★

આજે મને એ જોઈને ખૂબ જ અફસોસ થાય છે કે લોકો કેવી રીતે પોતાના માતા-પિતાની અવહેલના, બેઈજ્જતી અને દુર્વ્યવહાર કરવા લાગ્યા છે. એમને જન્મ આપીને,એમની જરૂરિયાતોને પૂરી કરીને, ભણાવી-ગણાવીને જેમણે મોટાં કર્યા, એ જ માતા-પિતાની સાથે ગેરવતર્ણૂંક કરવાવાળા બધા લોકોને હું એ જ કહેવા માંગુ છું કે આપણે એ ના ભૂલવું જોઈએ કે જ્યારે આપણે નાના હતા, ત્યારે આપણી નાની-નાની જરૂરિયાતો માટે રોતાં-રોતાં આપણી માતાને પરેશાન કર્યા કરતાં હતા પરંતુ આપણી માતા પરેશાન થવા ઉપરાંત આપણી બધી જરૂરિયાતો પૂરી કર્યા કરતી હતી. આજે જ્યારે આપણે મોટા થઈ ગયા છીએ, તો આજે પણ આપણી માતાને પરેશાન કરવામાંથી ઉંચા નથી આવતાં અને એને અગણિત દુઃખ આપીને એની આંખો ભીની કરી રહ્યાં છીએ.

આપણે વિચારવું જોઈએ કે આપણે કેવા પુત્ર છીએ?

આપણે જ્યારે ધરતી પર પ્રથમ વખત આંખો ખોલી અને પહેલો શ્વાસ લીધો તો આપણી પાસે આપણી માતા જ હતી. આપણાં દરેક દુઃખમાં માતા-પિતાએ જ સાથ આપ્યો અને સાથે રહ્યાં. આપણી પ્રત્યેક જરૂરિયાતોને માતા-પિતાએ પુરી કરી.

આજે આપણી પણ એ જ ફરજ બને છે કે આપણે પણ એમના દુઃખો અને પરેશાનીઓને સમજીએ, એમનો સાથે આપીએ અને જ્યારે પણ આપણાં માતા-પિતા છેલ્લો શ્વાસ લે, ત્યારે આપણે તેમની પાસે રહીએ.

માતા-પિતાની સેવાથી મોટું કોઈ મહાયજ્ઞનું પ્રતિફળ નથી હોતું. જે જેવું વાવે છે, આ સંસારમાં તે એવું જ લણે છે.

ઉદાહરણ માટે પોતાની કૉલોની, વિસ્તાર કે પાડોશમાં જુઓ, નિશ્ચિત જ એવા લોકો તમને જોવા મળી જશે, જેઓએ પોતાના માતા-પિતાને દુઃખ આપ્યા, એમના સંતાન એમને દુઃખ આપી રહ્યાં છે.

★ ★ ★

✍ **જો** તમારી ટીમ કુંભકર્ણની જેમ ગાઢ નિદ્રામાં સૂઈ રહી છે અને કોઈ પ્રગતિ નથી કરી શકતી, તો સૂતેલી ટીમને જગાડવા માટે લોરી કામ નહીં આવે, આના માટે સિંહ-હાથી જેવી ગર્જના અને આક્રોશ જોઈએ, જેથી તમને જોઈને તમારી ટીમનો આત્મવિશ્વાસ પણ જાગી જાય અને લક્ષ્ય પ્રાપ્તિ માટે આગળ વધવા તૈયાર થઈ જાય.

★★★

ઉપલબ્ધિઓ પર ખુશી મનાવવી ખરાબ વાત નથી, પરંતુ એ ઉપલબ્ધિઓની પ્રાપ્તિથી અહંકારથી ભરાઈ જવું ચોક્કસ ખરાબ બાબત છે.

ઉંચા-ઉંચા મકાનો અને દુકાનો બનાવવા ખરાબ વાત નથી, પરંતુ ઉંચા-ઉંચા મકાનો અને દુકાનોને જોઈને અભિમાન કરવું ચોક્કસ જ ખરાબ વાત છે.

એક દિવસ એવો પણ આવશે, જ્યારે આપણે આ જ મકાનો અને દુકાનોની માટીની નીચે દબાયેલા નજરે પડીશું અને આપણી માટી પર ઘાસ-ફૂસ ઉગી નીકળ્યા હશે અને એને કોઈ બકરી કે ગધેડો ચરી રહ્યો હશે.

કુદરતના આ નિયમને આપણે ક્યારેય ના ભૂલવો જોઈએ, કે મનુષ્યના શરીરની કિંમત માટીથી વધારે નથી.

ક્યારેક આ માનવ-શરીર કબરમાં કીડાઓનો ખોરાક બની જાય છે, તો ક્યારેક ચિતાનું ઈંધણ. બંને પ્રકારમાં આ માટીમાં મળી જાય છે. ★★★

✍ **આ**પણે કોઈ કાર્ય કર્યું, એમાં નિષ્ફળતા મળી તો, આપણે કહીએ છીએ કે આપણું નસીબ સારું નથી.

આપણે વ્યાપારમાં પૈસા રોક્યા અને પૈસા ડૂબી ગયા, તો આપણે કહીએ છીએ કે આપણું નસીબ સારું નથી.

આપણે લૉટરીની ટીકિટ ખરીદી અને નંબર ના લાગ્યો, તો આપણે કહીએ છીએ કે આપણું નસીબ સારૂં નથી.

અહીંયા મને એ સમજમાં નથી આવતું મારા મિત્રો, કે આ વાતોથી આપણા નસીબનો શું સંબંધ?

હકીકતમાં આપણું નસીબ તો એ દિવસે ફૂટે છે-

☞ જે દિવસે આપણે પૂરી પ્રામાણિકતા, સત્યતા, લગન, નિષ્ઠા અને સૂઝબૂઝથી આપણાં કાર્યને નથી કરતાં.

☛ જે દિવસે આપણે ખુદ પર વિશ્વાસ અને પરમપિતા પરમેશ્વર પર આસ્થા રાખવાની છોડી દઈએ છીએ.

હંમેશા યાદ રાખો, નસીબ બનાવવાવાળા પણ તમે જ છો અને નસીબ બગાડવાવાળા પણ તમે જ છો. જે લોકો અસફળતાના કારણો પરથી પાઠ ભણીને નવી રીતથી સફળતા મેળવવાનો પ્રયત્ન નથી કરતાં, એ જ લોકો પોતાના નસીબના રોદણાં રોતાં રહે છે.

આથી ઈશ્વર પર વિશ્વાસ રાખીનો પૂરા આત્મવિશ્વાસથી દરેક કામ કરો, તમને સફળતા જરૂર મળશે.

★★★

✍ મિત્ર ગમે ત્યારે તમારો સાથ છોડી શકે છે અને ભાઈ ગમે ત્યારે તમારાથી મોં ફેરવી લે છે, આથી

- ☞ હંમેશા પોતાની ક્ષમતા, સામર્થ્ય અને બાવડાંઓ પર વિશ્વાસ કરો.
- ☞ સફળ લોકોથી પ્રેરણા લઈને કાર્ય કરો,
- ☞ નાનાઓને જોઈને જીવો,
- ☞ મોટાઓ પાસેથી શીખીને આગળ વધો,
- ☞ પડકારોનો મક્કમતાથી સામનો કરો,
- ☞ સંકટ માટે તૈયાર રહો અને સુખ માટે સતત પ્રયત્ન કરતાં રહો.

આનું સુખદ પરિણામ એ મળશે કે જીવનમાં ક્યારેય પણ તમારે દુઃખી અને નિરાશ નહીં થવું પડે.

★★★

જો આપણે ઈચ્છીએ છીએ કે આપણાં મર્યા પછી પણ લોકો આપણને યાદ રાખે, તો આના માટે આપણે બેમાંથી એક કામ જરૂર કરવું પડશે.

પ્રથમ કાર્યઃ-

કાં તો આપણે કંઈક સારું લખી દઈએ, જે વાંચવાલાયક અને એટલું સારૂં હોય કે આપણાં મર્યા પછી પણ લોકો એને વાંચવા માટે ઉત્સાહીત હોય.

બીજું કાર્યઃ-

અથવા તો પછી આપણે કંઈક એવું સારું કરી જઈએ, જે દુનિયા માટે મિસાલ બની જાય અને જેને લોકો લખવાનું શરૂ કરી દે.

દુનિયામાં કોઈ પણ વ્યક્તિ કાં તો પોતાના સારા કર્મો માટે યાદ કરવામાં આવે છે અથવા પછી પોતાની બહુમૂલ્ય કૃતિઓ કે રચનાઓને કારણે. બાકી બધાં લોકોને દુનિયા બહુ જલ્દી ભૂલી જાય છે.

બીજા તો બીજા, પોતાના પણ યાદ નથી રાખતાં.

★★★

✍ **દા**રૂ ના ફક્ત પીવાવાળા માટે ઝેર છે, પરંતુ આખા સમાજ અને માનવતા માટે પણ કહેર છે.

કારણ, અત્યાર સુધી જેટલાં લોકો નદી-નાળા અને સમુદ્રોમાં ડૂબીને મર્યા નહીં હોય, એનાથી ક્યાંય વધારે લોકો દારૂના પ્યાલાઓમાં ડૂબીને મરી ચૂક્યા છે.

મિત્રો દારૂ પીવો જ છે, તો

☞ ઈશ્વર-ભક્તિનો એ દારૂ પીઓ, જે સૂરદાસ, તુલસી, કબીર અને નાનકે પીધો હતો.

☞ અહિંસાનો એ દારૂ પીઓ, જે ગાંધી, ગૌતમ અને મહાવીર સ્વામીએ પીધો હતો.

☞ દેશપ્રેમનો એ દારૂ પીઓ, જે સુભાષ અને બિસ્મિલે પીધો હતો.

☞ દેશભક્તિનો એ દારૂ પીઓ, જે સુખદેવ,

રાજગુરૂ અને ભગતસિંહે ફાંસી પર ચઢીને પીધો હતો.

☞ અધિકારનો એ દારૂ પીઓ, જે ઈસુએ શૂળી પર ચઢીને અને તબરેજે ચામડી ખેંચાવીને પીધો હતો.

☞ વતન પરસ્તીનો એ દારૂ પીઓ જેના નશામાં અશફાકે પોતાની માતાને લખી મોકલ્યું હતું કે 'હું મારા પ્રાણ લૂંટાવી દઈશ ભરી જવાનીમાં, ખુદા જાણે લોહીમાં પછી આ તડપ રહે, ના રહે.'

☞ બલિદાનનો એ દારૂ પીઓ, જે ઉસ્માન અલી અને અબ્દુલ હમીદે સરહદ પર લોહી વહાવીને પીધો હતો.

આ દારૂ કેમ પીઓ છો, જે મહુઆને સડાવીને બનાવવામાં આવે છે અને દરેક ગૂના અને બુરાઈનું મૂળ છે.

★ ★ ★

એવાં ઘણાં લોકો છે-

- જે ભૂખ્યાંને ભોજન આપીને અહંકારથી કહે છે કે ખાવાનું મેં ખવડાવ્યું છે.
- જે ગરીબોને કપડાં વહેંચીને અહંકારથી કહે છે કે આમને મેં કપડાં આપ્યા છે.
- જે મંદિરમાં દીપ પ્રગટાવીને અહંકારથી કહે છે કે દીવો મેં સળગાવ્યો છે.

હું આવા લોકોને પૂછું છું, અરે અહંકારીઓ -

- તમે શું ભૂખ્યાને રોટલી ખવડાવશો,
- તમે શું ગરીબોને કપડાં પહેરાવશો,
- તમે શું ભગવાનની સામે દીવો પ્રગટાવશો.

જે પરમપિતા પરમેશ્વરે આપણને બનાવ્યા છે, એણે આપણી જરૂરીયાતોની બધી વ્યવસ્થા પહેલેથી જ કરી રાખી છે. તમે તો માત્ર ભગવાન દ્વારા બનાવવામાં આવેલા એક સાધન માત્ર છો, જે પોતાના કર્તવ્ય નિભાવી રહ્યાં છે.

ધ્યાન રાખો ભગવાને જો કોઈ સમસ્યા બનાવી છે તો એનું સમાધાન પણ જરૂર બનાવ્યું છે.

એના બનાવેલા બે કુદરતી દીવા પહેલાથી જ દુનિયામાં સળગી રહ્યાં છે, જે દુનિયાને પ્રકાશ આપે છે. દિવસમાં સૂરજ ચમકે છે, તો રાત્રે ચંદ્રમા પ્રકાશ વિખેરે છે.

તમારા દ્વારા કોઈ ભૂખ્યાંને આપવામાં આવેલા ભોજનનું એ કુદરતી ભોજન સાથે શું મુકાબલો, જે એણે આપણને અગણિત ફળ-ફૂલ અને અનાજના રૂપમાં આપી રાખ્યા છે.

તમારા દ્વારા સળગાવવામાં આવેલા નાના-નાના દીવાઓનો એ કુદરતી દીવા (ચાંદ અને સૂરજ) સાથે શું મુકાબલો, જે તમે અહંકારથી હું-હું કરે જઈ રહ્યાં છો.

આથી અહંકાર છોડો અને પરમપિતા પરમાત્માની શક્તિને ઓળખો. એ ના ભૂલો કે મૃત્યુ માણસને પછી મારે છે, અહંકાર પહેલા જ મારી નાંખે છે.

★ ★ ★

પરિવર્તન પ્રકૃતિનો નિયમ છે. ઉપરથી નીચે અને આગળથી પાછળ ચારે બાજુ પરિવર્તન થાય છે, થઈ રહ્યું છે અને આગળ પણ થતું રહેશે.

જો તમે પરિસ્થતિઓ, વાતાવરણ અને સમય પ્રમાણે નથી બદલાતાં તો પછી તમારે આત્મહત્યા કરી લેવી જોઈએ કેમ કે હવે આ દુનિયા તમારા રહેવા માટે લાયક નથી રહી.

તમારી સામે બે જ વિકલ્પ છે, પ્રથમ એ કે પરિસ્થિતિ, વાતાવરણ અને સમયને જોતા ખુદને બદલી લો અથવા પછી આત્મહત્યા કરવા માટે તૈયાર થઈ જાઓ.

અહીંયા આત્મહત્યા શબ્દમાં મારો અભિપ્રાય ફાંસી લગાવીને, ઝેર ખાઈને, કૂવા-તળાવમાં ડૂબી જવામાં કે રેલ-નીચે કપાઈને પોતાના જીવનને સમાપ્ત કરી લેવાનો અર્થ ક્યારેય નથી.

મારો અભિપ્રાય જાણી-વિચારીને ખુદ પોતાના પગ પર કૂહાડી મારવાના મુહાવરા જેવો છે.

મારા કહેવાનો અર્થ છે કે જે લોકો જમાના સાથે નથી ચાલતાં, જમાનો એમને છોડીને આગળ વધી જાય છે.

પાછળ રહી ગયેલાં લોકો મૃતપ્રાય અથવા વિકલાંગ જેવા થઈ જાય છે.

બદલાતાં સમયની સાથે ના બદલાવવું આત્મહત્યા કરવા જેવું જ છે.

★ ★ ★

✍ લક્ષ્મી ફક્ત પરિશ્રમ કરવાથી જ નથી આવતી. જો પરિશ્રમ કરવાથી જ આવતી હોત, તો કદાચ બધા મજૂર દુનિયાના સૌથી ધનવાન હોત.

મારા વિચારથી લક્ષ્મી ફક્ત એમની પાસે જ આવે છે, જેઓ સમજી-વિચારીને પરિશ્રમ કરે છે.

આથી મહત્વપૂર્ણ એ નથી કે તમે કેટલો પરિશ્રમ કરો છો, મહત્વપૂર્ણ એ છે કે તમે તમારા કામને કેટલું સમજી વિચારીને કરો છો, તમારું લક્ષ્ય કેટલું ઉંચુ છે અને એની પ્રાપ્તિ માટે તમે કેટલી પ્રામાણિકતાથી પ્રયત્ન કર્યો છે.

★★★

જો જીવવા પાછળ કોઈ મહાન ઉદ્દેશ્ય નથી, તો જીવન વ્યર્થ છે. નિરૂદ્દેશ્ય જીવનનો કોઈ અર્થ હોતો નથી, ના કોઈ ઔચિત્ય.

દુનિયામાં માથું ઉંચું કરીને જીવવું છે અને પોતાની ઉપસ્થિતિ જાહેર કરવી છે, તો આજે જ પોતાના જીવનને નવી દિશા આપો, કોઈ મહાન ઉદ્દેશ્ય માટે ખુદને સમર્પિત કરી દો.

પોતાની સાથે-સાથે બીજાઓ માટે પણ જીવો. થોડા સમય પછી તમે અનુભવશો કે તમને જીવવાની સાચી રીત આવડી ગઈ છે. તમે બીજાના થયા છો, તો બીજા પણ તમારા થઈ જશે.

કોઈ ધ્યેયને લઈને તમે ચાલ્યા હતા, પરંતુ કાફલો વધતો જઈ રહ્યો છે. તમારો ઉદ્દેશ્ય બીજાઓનો પણ ઉદ્દેશ્ય બની ગયો છે.

★ ★ ★

કોઈ વિદ્વાને ખૂબ જ સમજી-વિચારીને કહ્યું છે કે પૃથ્વી એક પર્યટન ભૂમિની જેમ છે અને આપણે બધાં અહીંયા પર્યટન કરવા આવ્યા છીએ. આ વિચાર પર જો આપણે ઝીણવટથી વિચાર કરીએ તો યથાર્થ પર છવાયેલું ધૂંધળાપણું સાફ થવા લાગે છે. આપણે વિચારવા લાગીએ છીએ કે પૃથ્વી પર્યટન-ભૂમિ છે અને આપણે બધાં પર્યટક. અહીંયા ધ્યાન આપવાવાળી વાત એ છે કે પર્યટક જ્યાં પણ જાય છે,એણે સંભાળી-સંભાળીને રહેવું પડે છે. પરેદશમાં એ કોઈની સાથે ઝઘડો નથી કરતો. બધી ખાટી-મીઠી ઘટનાઓ અને વાતો પોતાનામાં સમાવી લે છે, કેમ કે એને ખબર હોય છે કે જલ્દી જ એક દિવસ એણે પાછા ઘરે જવાનું છે. આથી તે રોજ સવારે-સાંજે પોતાના ઘર-પરિવારના લોકોને ફોન કરવાનું નથી ભૂલતો અને બધાની ખબર લેતો રહે છે. બરાબર એ જ પ્રકારે આપણે બધાં પણ ભગવાનના ઘરેથી આ ધરતી પર પર્યટન માટે આવ્યા છીએ અને આપણે બધાએ એક દિવસ પાછા

પોતાના ઘેર ફરવાનું છે.

સૈંધ્ધાંતિક, વૈચારિક અને નૈતિક વાત એ છે કે આપણે બધાંએ આપણાં એ ઘરને હરપળ યાદ રાખવું જોઈએ, પરંતુ યાદ રાખતા નથી. સાંસારિક અને પારિવારિક ઝંઝટોમાં ફસાઈને આપણે આપણાં અસલી ઘર પરિવારને ભૂલી જઈએ છીએ.

સવાર-સાંજ તો દૂરની વાત છે, આપણે અઠવાડીયાઓ, મહીનાઓ સુધી ભગવાનને યાદ નથી કરતાં, જો ક્યારેય યાદ કરીએ પણ છીએ તો ફક્ત પોતાના ખરાબ અથવા સંકટના સમયમાં.

હવે તમે ખુદ વિચારીને જુઓ, કે આ ક્યાં સુધી યોગ્ય છે? આપણે આ વાત ક્યારેય ના ભૂલવી જોઈએ કે સવારે અથવા સાંજે ભગવાનના બે ભજન-કીર્તન ગાઈ લેવું એ આપણાં ભગવાન અને ઘરનો હાલ-ચાલ પૂછી લેવા જેવું છે. તમે ઈશ્વરને યાદ કરશો. તો ઈશ્વર પણ તમને યાદ રાખશે. તમે એને ભૂલી ગયા. તો તે તમને તમારા હાલ પર છોડી દેશે.

★★★

કેટલાંક લોકોએ ભારત-પાકિસ્તાનને સ્વાર્થ ખાતર અને ધર્મના નામ પર અરસ-પરસ વહેંચી તો દીધા અને અત્યારે પણ આપણાં દેશને સ્વાર્થ અને મજહબના નામ પર, જાતિ અને ભાષાના નામ પર ભાગલાં પાડવામાંથી ઉંચા નથી આવતાં. અલગ- અલગ કારણોથી માણસોને વહેંચવાવાળાઓને હું એક વાત પૂછું છું.

તમે ધર્મ અને સ્વાર્થના નામ પર ભારત અને પાકિસ્તાનની વચ્ચે એક રેખા તો ખેંચી દીધી,

જાતિ અને ભાષાના નામ પર લોકોના દિલોમાં તિરાડ તો પાડી દીધી,

☞ પરંતુ જો તમારામાં એટલી શક્તિ છે, જરા આકાશમાં એક રેખા ખેંચીને તો બતાવો.

☞ જે હવામાં આપણે બધા શ્વાસ લઈ રહ્યાં છીએ, એ હવાને એકબીજામાં વહેંચીને તો બંતાવો કે

આ હવા હિન્દુની છે અને આ હવા મુસલમાનની છે.

☞ જો તમારામાં એટલી તાકાત અને હિમ્મત છે તો આકાશમાંથી વરસતા વરસાદને વહેંચીને બતાવો કે આ વરસાદ હિન્દુનો છે અને આ વરસાદ મુસલમાનનો.

☞ જો તમારામાં એટલી તાકાત અને હિમ્મત છે તો સમયના ભાગ કરીને જુઓ કે આ સમય હિન્દુનો છે અને આ સમય મુસલમાનનો.

☞ જો તમારામાં એટલી તાકાત છે અને હિમ્મત છે, તો લોહીને ઓળખીને બતાવો કે આ લોહી હિન્દુનું છે અને આ લોહી મુસલમાનનું.

તેઓ આ નથી કરી શકતા, તો તમે કેમ એમની ભંભેરણીમાં આવીને ખુદ પણ વહેંચાયેલા છો અને બીજાઓને પણ વહેંચી રહ્યાં છો ?

★ ★ ★

✍ એમાં કોઈ શંકા નથી કે પૈસા કમાવવા માટે યોગ્ય સૂઝ-બૂઝ અને અથાગ પરિશ્રમની સાથે-સાથે મોટા જિગરની પણ જરૂર હોય છે.

આની સાથે જ એ ના ભૂલો કે દાન-પુણ્ય કરવા માટે એનાથી પણ મોટા જિગર (કાળજા)ની જરૂર છે.

★★★

જો તમે શાંતિમય ઢંગથી જીવવા ઈચ્છો છો, તો કામના સમયે ફક્ત કામ કરો અને જ્યારે કામ ના કરી રહ્યાં હોય, ત્યારે આરામ કરો.

સાંજે ઓફિસેથી ઘેર પાછા ફરો, તો ઓફિસને ઘરે ન લાવો અને સવારે ઘરેથી ઓફિસે જાવ, તો ઘરને ઘરમાં જ છોડીને જાઓ.

જ્યાં પણ તમે જાઓ, ત્યાં પોતાની ૧૦૦ ટકા હાજરી બતાવો.

ક્યાંય ઝાડૂ જ કેમ ના લગાવવાનું હોય, તો પૂરા મનથી અને આનંદથી ઝાડૂ લગાઓ.

અડધા-અધૂરા મનથી કોઈ પણ કાર્યને ના કરો. જે પણ કામ કરો, પૂરા દિલ-દિમાગથી અને લગનથી કરો. આનાથી તમારૂં કામ પણ સારું થશે અને તણાવ પણ નહીં રહે.

★ ★ ★

આજે સમાજમાં તમારું જે માન છે, સન્માન છે અથવા આજે તમે સફળતાપૂર્વક જે પણ કામ કરીને પ્રતિષ્ઠા મેળવી રહ્યાં છો, એ ના ભૂલો કે તમારી આ બધી યોગ્યતાઓ, ઉપલબ્ધિઓ અને પ્રતિષ્ઠાના મૂળમાં તમારા માતા-પિતાનું મોટું યોગદાન છે, એમણે દિવસ-રાત એક કરીને અથાગ પરિશ્રમ કરીને અને પોતાના સોનેરી વર્તમાનની બધી ખુશીઓનો ત્યાગ કરીને તમારા ભવિષ્યને નિખાર્યુ છે,એમના એ જ ત્યાગે, એ જ સમર્પણે, એ જ આર્શીવાદોએ આજે તમને ઉંચાઈઓ સુધી પહોંચાડ્યાં છે.

તમે ભલે જ દુનિયાના સૌથી મોટા ધનવાન બની જાઓ, પરંતુ યાદ રાખો કે તમે તમારા માતા-પિતાનું ઋણ ક્યારેય નહીં ઉતારી શકો. એ ઋણ, જે એમણે દિવસ-રાત અથાગ પરિશ્રમ કરીને,

પોતાના સુખોનો ત્યાગ કરીને, તમને યોગ્યતા, સારા સંસ્કાર અને સદ્‌ગુણોના રૂપમાં આવ્યા છે.

પરંતુ તમે કેટલાક સારા કામો કરીને, કેટલીક મોટી સફળતાઓ હાંસલ કરીને એમના માન-સન્માનને સમાજમાં જરૂર વધારી શકો છો અને ગર્વથી એમના માથાને ઉંચું ઉઠાવી શકો છો.

★ ★ ★

✍ **લો**કો ફક્ત મગજની નસ ફાટવાથી કે દિલની ધડકન રોકાઈ જવાથી જ નથી મરતાં, બલ્કે મનુષ્ય હકીકતમાં એ દિવસે જ મરી જાય છે, જે દિવસે એની બધી આશાઓ અને સપનાઓ મરી જાય છે, એનો આત્મવિશ્વાસ મરી જાય છે.

★★★

પ્રકૃતિનો નિયમ એ છે કે આપવાથી કશું ઓછું નથી થતું. જે આપે છે, એ જ મહાન હોય છે.

કોઈ પણ વસ્તુ દાન કરવાથી એ સોનુ બની જાય છે, નહીંતર પડેલું-પડેલું માટી થઈ જાય છે.

આથી પરમપિતા પરમાત્મા આપણને જે કંઈપણ આપે છે, એમાંથી થોડું-ઘણું આપણે દાન કરી દેવું જોઈએ.

આ વાત ફક્ત ધનવાનો પર જ લાગૂ નથી થતી, પરંતુ બધા પર લાગૂ થાય છે.

એક સાધારણ ભિખારી પણ ભીખમાં મળેલી રોટલીને ત્યારે જ ખાય, જ્યારે એનો એક ટુકડો કીડા-મકોડાં કે કુતરાની સામે નાંખી દે. જો એ એવું નહીં કરે, તો તે જનમ-જનમ સુધી ભિખારી જ બનેલો રહેશે.

દાનથી ધન વધે છે, ઘટતું નથી. ★★★

✍ કદ-કાઠી અને રંગ-રૂપમાં બાળકો ભલે જેવાં પણ હોય, માતા-પિતાને એટલે સારા લાગે છે, કેમ કે તે એમના જ અંશ હોય છે. અહીંયા હું કહેવા ઈચ્છીશ કે તમે તમારા બાળકોને પ્રેમ તો જરૂર કરો, પરંતુ -

☞ પ્રેમમાં પોતાની આંખો બંધ ના કરી દો.

☞ બાળકોની દરેક જરૂરિયાતોને અવશ્ય પૂરી કરો, પણ ભૂલથી પણ એમની અયોગ્ય માંગણીઓને પૂરી ના કરો.

☞ એમની યોગ્ય માંગણીઓને પૂરી કરતાં સમયે પણ એ જરૂર વિચારો કે એ વસ્તુની બાળકને ખરેખર જરૂર છે કે નહીં, ક્યાંક બાળક મિત્રોને દેખાડવા માટે, શાન-શૌકત માટે અથવા અકારણની જિદ પૂરી કરવા માટે ખોટી માંગ તો નથી કરી રહ્યોને.

અફસોસની વાત એ છે કે આજકાલના મોટાભાગના માતા-પિતા પોતાના બાળકોને અનુશાસન જ નથી શીખવી રહ્યાં. તેઓ વિચારે છે કે બાળકો પર અંકુશ લગાવવાથી એમની પ્રતિભા દબાઈ જશે અને તેઓ વિકાસ નહીં કરી શકે.

પણ ધ્યાન રાખો, ગેરવ્યાજબી જિદ કરવી, બીજાઓનું નુકસાન કરવું, બીજાઓનું સન્માન ના કરવું, વડીલોની વાત ના માનવી, પોતાની જિદને સૌથી ઉપર રાખવી કોઈ પ્રતિભા નથી હોતી. પ્રેમની સાથે-સાથે બાળકોને અનુશાસિત રાખવા પણ ખૂબ જ જરૂરી છે. જીવનમાં એ જ બાળક પ્રગતિ કરે છે, જે અનુશાસિત હાય છે.

બાળપણમાં બે-લગામ છોડી દેવામાં આવેલા બાળકોનું ભવિષ્ય ખુદ એક સવાલ બની જાય છે.

જુઓ, ક્યાંક આવો જ કોઈ પ્રશ્ન તમારા બાળકના યુવાન થવાની રાહ તો નથી જોઈ રહ્યોને.

★ ★ ★

જિદ.એક એવી દિવાલ છે, જો પતિ-પત્ની, બાપ-બેટો, સાસુ-વહુ, ભાઈ-બહેન અને મિત્ર-મિત્રની વચ્ચે આવી જાય તો પછી આ દિવાલને તોડવી ઘણી જ મુશ્કેલ થઈ જાય છે.

આ દિવાલ તોડવાથી નથી તૂટતી, પરંતુ સંબંધો જરૂર તૂટી જાય છે.

મારૂં માનવું છે કે જો આપણે બધાં આપણાં ગુસ્સા પર થોડો કાબૂ મેળવીને જિદ કરવાથી છૂટી જઈએ, તો આપણા લોકોનું આ નરક બનેલું જીવન આજથી અને અત્યારથી જ સ્વર્ગ બની જશે.

★ ★ ★

જો તમે એક પિતા છો તો તમારી તમારા બાળકો પ્રત્યે એટલી ફરજ તો જરૂર છે કે તમે એને એવી શિક્ષા, સભ્યતા, સંસ્કૃતિ અને સંસ્કાર આપો કે તમારા બાળક સમાજમાં સન્માનને પાત્ર બની શકે, સમાજમાં આગળ વધીને નેતૃત્વ કરી શકે.

અને જો તમે કોઈના પુત્ર છો, તો તમારું તમારા પિતા પ્રત્યે પણ એક કર્તવ્ય છે.

તમે એવું સંસ્કારી અને આદર્શ જીવન જીવો, જેને જોઈને સમાજ અને દુનિયાના બધા લોકો તમારા પિતાને એ પૂછે કે તમે એવું કયું પુણ્ય કર્યું છે કે, તમને આવો સંસ્કારયુક્ત સભ્ય અને આદર્શ પુત્ર પ્રાપ્ત થયો છે.

★ ★ ★

દુનિયામાં મુખ્યત્વે બે પ્રકારના મનુષ્ય હોય છે. પહેલા એ, જેઓ ફક્ત પોતાના માટે જ નહીં, પરંતુ બીજાઓ માટે પણ જીવે છે. બીજાઓ માટે સારૂં વિચારે છે, સારૂં કરે છે, ખુદ તો હસે છે, સાથે-સાથે દુનિયાને પણ હસાવે છે, આથી આવા લોકોને આપણે સજ્જન અને ભલોમાણસ કહીને બોલાવીએ છીએ.

બીજા એ, જેઓ ફક્ત પોતાના વિશે જ વિચારે છે, ફક્ત પોતાનું જ સારૂં ઈચ્છે છે, જેઓ ખુદ તો હસે છે, પરંતુ બીજાઓને હંમેશા રોવડાવે છે. આવા લોકોને અવ્યવહારિક અને દુર્જન કહીએ છીએ.

જ્યારે બંને દુનિયામાંથી જાય છે, તો સજ્જન અને ભલોમાણસ બીજાઓની આંખમાં દુઃખના આંસુ અને હૃદયમાં મીઠી યાદ છોડી જાય છે, જે કારણે લોકો એમને હંમેશા યાદ કરે છે.

બીજી બાજુ જ્યારે કોઈ અવ્યવહારિક અને દુર્જન હંમેશા માટે આ દુનિયામાંથી જાય છે, તો લોકો હસે છે, મુસ્કુરાય છે અને કહે છે, સારૂં થયું પાપ ઓછું થયું.

મૃત્યુ પછી પણ લોકોની યાદોમાં જીવવા ઈચ્છો છો, દિલોમાં સુગંધ બનીને મહેકવા ઈચ્છો છો, તો કંઈક એવું કરીને જાઓ કે તમારું કરેલું મૃત્યુના સન્નાટામાં ખોવાઈ ના જાય અને વર્ષો સુધી લોકોને એની ગૂંજ-અનુગૂંજ સંભળાતી રહે.

★ ★ ★

✍ **આ**પણી પાસે ઘણા નોકરો હોઈ શકે છે, કિંમતી કારો હોઈ શકે છે, દેશના દરેક મોટા શહેરોમાં બંગલા હોઈ શકે છે, અરબો-ખરબોનો વ્યવસાય પણ હોઈ શકે છે. આનો અર્થ એ નથી થતો કે આપણે ધનવાન છીએ. વાસ્તવમાં ધનવાન વ્યક્તિ તો એ હોય છે-

☞ જે કોઈનો કરજદાર ના હોય,

☞ જે જેટલું કમાતો હોત, એટલામાં જ સંતુષ્ટ હોય,

☞ જેનું સ્વાસ્થ્ય હંમેશા સારું રહેતું હોય,

☞ જે પોતાના કામોને ખુદ કરવાની ક્ષમતા રાખતો હોય,

☞ જે કોઈના પર આશ્રિત/નિર્ભર ના હોય,

☞ જે જરૂરતમંદોની મંદદ અને સેવા કરવા હંમેશા તૈયાર રહેતો હોય,

☞ જે કોઈ ગરીબનો અધિકાર ના છીનવતો હોય,

- ☞ જે મુશ્કેલમાં મુશ્કેલ પરિસ્થિતિમાં હસતો હોય,
- ☞ જે ઉદાસી અને નિરાશાને પોતાની પાસે ફરકવા ના દેતો હોય,
- ☞ જેને પથારીમાં પડતાં જ અથવા ઓશીકા પર માથું રાખતા જ ઉંઘ આવી જતી હોય અને સવારે ઊઠવા માટે એલાર્મ ઘડીયાળની જરૂર ના પડતી હોય.

★ ★ ★

✍ મિત્રો, જે કોઈ વસ્તુનો શોખ રાખો, એને શોખ સુધી જ સીમિત રાખો, એના ગુલામ ક્યારેય ના બનો. કારણ, જે દિવસે શોખ આદત બની જાય છે, એ દિવસથી આદત આપણને ગુલામ બનાવી લે છે અને મારું માનવું છે કે ગુલામીની જિન્દગી કોઈ જિન્દગી નથી હોતી. આથી ગુલામ નહીં, સુલ્તાન બનીને જીવતા શીખો.

★★★

આજે સમય ખૂબ જ ઝડપથી બદલાઈ રહ્યો છે. મોટી-મોટી શોધો થઈ રહી છે. મોટી-મોટી ઈમારતો અને શોપિંગ મોલ બની રહ્યાં છે. ઘેર બેઠા ઈન્ટરનેટ પર મોટા-મોટા વેપાર થઈ રહ્યાં છે. સાથે-સાથે સંયુક્ત પરિવાર તૂટીને એકલ પરિવારોમાં ફેરવાઈ રહ્યાં છે. આ વાતોથી મને ડર એ વાતનો છે કે આ બદલાતાં સમયની સાથે જો આપણે આપણી નવી પેઢીને સંયુક્ત પરિવારોનું મહત્વ ના સમજાવ્યું અને પોતાની સંસ્કૃતિ અને સભ્યતા શીખવીને સાંસારિક ના બનાવ્યાં તો કાલે જ્યારે આ પેઢી મોટી થશે, તો પોતાના વૃધ્ધ માતા-પિતાને વૃધ્ધાશ્રમની ઝલક જરૂર દેખાડશે અને કહેશે, આ શહેરના ઉત્તમ વૃધ્ધાશ્રમોમાંથી એક છે. તમે આમાં રહેવાનું પસંદ કરશો કે બીજા વૃધ્ધાશ્રમમાં, જલ્દી વિચારીને બતાવો, જેથી હું તમારા લોકો માટે ત્યાં રહેવાની વ્યવસ્થા કરી શકું.

★★★

દુનિયામાં કોઈ પણ વ્યક્તિ ખુલ્લા દિલ-દિમાગથી અને ખુશી-ખુશી કોઈને પોતાનાથી આગળ વધતાં, ઊંચા ઉઠતા અને પ્રગતિ કરતાં નથી જોઈ શકતો. ક્યાંકને ક્યાંક, કોઈને કોઈ રૂપમાં ઈર્ષ્યાની ભાવના મનને વિચલિત કરવા લાગે છે. શક્તિ, સત્તા, મોભ્ભો અને ધન-સંપત્તિ વગેરેમાં આ મારાથી આગળ કેવી રીતે નીકળી ગયો.

અપવાદ સ્વરૂપ ફક્ત એક પિતા જ એવો હોય છે, જે પોતાના બાળકોને પોતાનાથી આગળ વધતા, ઉંચા ઉઠતા, પ્રગતિ કરતાં જોવાનું પસંદ કરે છે અને ખુશ થાય છે.

કહેવાનો અર્થ એ છે કે પ્રત્યેક પિતાના પોતાના પુત્ર માટે આકાશથી પણ ઉંચા અરમાન હોય છે.

આ જ કારણ છે કે તે પોતાના બાળકોને સારામાં

સારી શિક્ષા અને સુખ-સુવિધાઓ આપવાનો પુરો પ્રયત્ન કરે છે.

આથી આજકાલના બાળકો અને યુવાનોને હું કહેવા ઈચ્છીશ કે તમે તમારા પાકીટમાં રૂપિયા-પૈસા કે પોતાના કોઈ બૉયફ્રેન્ડ/ગર્લફ્રેન્ડની તસ્વીર બેશક ના રાખો, પરંતુ પોતાના પિતાની તસ્વીર જરૂર રાખો, કેમ કે આ જ એ વ્યક્તિ છે, જેણે તમારા ભવિષ્યને નિખાર્યુ છે અને તમને કાબેલ બનાવ્યા છે.

પ્રકૃતિ પણ આપણને શીખ આપે છે કે ઝાડ વૃધ્ધ જ ખરૂ, પરંતુ આંગણામાં લાગેલું રહેવા દો. કારણ, એ વૃધ્ધ ઝાડ ફળ ના આપે તો ના સહી, છાંયડો તો આપે છે.

★ ★ ★

સફળતા મેળવીને પ્રસિધ્ધ થવું એટલું મુશ્કેલ નથી, જેટલું મુશ્કેલ છે સફળતા મેળવીને પણ નાના બની રહેવું, પોતાની ધરાતલને ના છોડવી અને પોતાના અસ્તિત્વને ના ભુલવું. જો આ ગુણ તમારામાં પણ આવી જાય તો લોકો તમને ચાહવા લાગશે અને તમે સર્વપ્રિય થઈ જશો.

યાદ રાખો, સફળતાઓની હવા ખૂબ જ તેજ હોય છે, આ જ્યારે પોતાની પૂરી ગતિથી ચાલે છે, તો માણસને મૂળમાંથી ઉખાડી દે છે. જે વ્યક્તિ પોતાના મૂળીયા સાથે જોડાયેલો રહ્યો, સોનેરી કાલ એની જ હોય છે.

★ ★ ★

જો આપણે ધ્યાનથી દુનિયાના બધાં લોકોને જોઈશું તો જાણીશું કે ચારેબાજુ બધા જ ચોર છે. બધામાં ફરક ફક્ત એટલો જ છે કે જે લોકોએ બેંકો અને રાજસ્વને ચપત લગાવીને, રોકાણકારોના પૈસા હડપીને, ભાગીદારો સાથે દગો કરીને અથવા ઉપભોક્તાઓને ચૂનો લગાવીને મોટી-મોટી ચોરીઓ અને લૂંટ કરી, એ બધાં મોટા-મોટા ઉદ્યોગપતિ બની ગયા અને જેઓએ નાની-નાની ચોરીઓ અને લૂંટ કરી, તેઓ નાના-મોટા વેપારી બની ગયા. જે લોકોને ચોરી કે લૂંટ કરવાની તક ના મળી, તેઓ કહેવા પૂરતાં પ્રામાણિક બની ગયા અને પ્રામાણિક પણ પોતાની ઈચ્છાથી નહીં, બલ્કે મજબૂરીને કારણે પ્રામાણિક બન્યા. આવા અસહાય, નબળા અને મજબૂર પ્રામાણિકોથી દેશ તો શું કોઈનું પણ ભલું થવાનું નથી. મજબૂરીમાં બનેલા પ્રામાણિક અને હકીકતના પ્રામાણિકોમાં જમીન-આકાશનો ફરક હોય છે.

★ ★ ★

મિત્રો, અલ્લામા ઈકબાલ સાહેબે એક સુંદર વાત કહી છે, 'મજહબ નહીં શીખાતા આપસ મેં વૈર રખના.'

ઈકબાલ સાહેબે આ વાત એમ જ નથી કહી, ખૂબ વિચાર્યુ હશે: રામના વિષયમાં વિચાર્યુ હશે, રહીમના વિષયમાં વિચાર્યુ હશે. કુરાન વાંચી હશે તો કદાચ ભગવદ્ગીતા પણ જરૂર વાંચી હશે, ત્યારે જ જઈને આ નિષ્કર્ષ કાઢ્યાં હશે.

આમ પણ જો આપણે થોડો વિચાર કરીએ અને પવિત્ર રમઝાનને અંગ્રેજી ભાષામાં લખીએ તો **RAMZAN**

હવે તમે જોશો કે રમઝાનનો મહીનો ઈસ્લામમાં સૌથી પવિત્ર માનવામાં આવે છે અને એની શરૂઆત જ **RAM** થી થઈ રહી છે.

આ બાજુ હિન્દુ ધર્મમાં **DEEPAWALI**થી કોઈ મોટો અને પવિત્ર તહેવાર માનવામાં નથી આવતો અને આના અંતમઆં **(ALI)** ઉપસ્થિત છે.

જયારે રમઝાનમાં સમાયેલાં રામ અને

દીપાવલીમાં છુપાયેલા અલી આપણને પ્રેમ, મહોબ્બત અને એક્તાનો પાઠ શીખવે છે તો ક્યાં રહ્યો ભેદ? કયાં રહ્યું વેર? કેવું વેર અને કોનાથી?

મિત્રો, કહેવાનો અર્થ એ જ છે કે જો રામના ભક્ત અને રહીમના બંદા આ વાતન થોડી સમજી લે અને થોડી સમજદારી અને સૂઝ-બૂઝ ા સાથે ખભાથી ખભો, પગલાથી પગલાં મેળવીને આ ાળ વધે અને કામ કરે, તો આપણો આ દેશ દુનિયાના બધાં દેશોથી શક્તિશાળી, ખુશહાલ અને સુંદર બની શકે છે. યાદ રાખો-

☞ દરેક દેશની સાચી ઓળખાણ એના નાગરિક હોય છે. નાગરિકોની માનસિકતા અને એમના કર્મોનો સીધો પ્રભાવ દેશની અસ્મિતા પર પડે છે.

આપણે કોઈ પણ ધર્મના અનુયાયી હોઈએ, કોઈ પણ ભાષા હોય, હળી-મળીને પ્રેમભાવથી રહેવાનું શીખો. આમાં જ આપણાં ખુદની સમાજની અને સંપૂર્ણ દેશની ભલાઈ સમાયેલી છે.

પ્રેમ આપો, પ્રેમ લો, દુનિયાની સામે દેશનું માથું ગર્વથી આપોઆપ ઊંચું થઈ જશે. ★★★

ઉંમર વધવાની સાથે-સાથે શારીરિક દોષ પણ વધવા લાગે છે. અંતે એક સમય એ પણ આવે છે કે મનુષ્યને પસ્તાવો થવા લાગે છે કે એણે સ્વસ્થ રહેતાં આ કરી લીધું હોત તો સારૂં થાત, એ કરી લીધું હોત તો સારું થાત. આથી-

આપણાં કાનોમાં બહેરાપણું આવે, એના પહેલાં જે કંઈ પણ સારૂં સાંભળવા લાયક છે, એ બધું આપણે સાંભળી લેવું જોઈએ.

આંખોમાં આંધળાપણું આવે, એ પહેલાં જ જે કંઈ પણ સારૂં વાંચીએ અને જોવાલાયક છે, એ બધું આપણે જોઈ-વાંચી લેવું જોઈએ.

જીભમાં ગૂંગાપણું આવે, એ પહેલા જેટલું થઈ શકે, આપણે મીઠું અને સારું બોલી લેવું જોઈએ.

હાથોમાં ધ્રૂજારી અથવા લૂલાપણું આવે, એ પહેલાં જેટલું થઈ શકે, આપણે દાન-પુણ્ય અને

સદ્કાર્ય કરી લેવું જોઈએ.

પગમાં લંગડાપણું આવે, એ પહેલાં જ આપણે દોડી-દોડીને બધા સારા કામો કરી લેવા જોઈએ.

મસ્તિષ્ક સમજવા- વિચારવાની ક્ષમતા ગુમાવવા લાગે, એ પહેલા આપણે પરમપિતા પરમેશ્વરને યાદ કરીને એના આશીર્વાદ પ્રાપ્ત કરી લેવા જોઈએ.

★ ★ ★

કેટલાક લોકો કહે છે કે રૂપિયા-પૈસા તો હાથનો મેલ છે, પરંતુ હું રૂપિયા-પૈસાને આટલી મોટી ગાળ ક્યારેય નહીં આપું. કારણ

- રૂપિયા-પૈસાની કિંમત એ ભૂખ્યાને પૂછો, જે પોતાના અને પોતાના પરિવાર માટે ભોજનની વ્યવસ્થા નથી કરી શકતો.
- રૂપિયા પૈસાની કિંમત એ બેઘરોને પૂછો, જે પૈસા ના હોવાને કારણે પોતાના રહેવા માટે એક છત નથી બનાવી શકતાં.
- રૂપિયા-પૈસાની કિંમત એ નિર્ધન પુત્રને પૂછો. જે પોતાના બીમાર માતા-પિતા માટે દવાઓ નથી ખરીદી શકતો.
- રૂપિયા-પૈસાની કિંમત એ ગરીબને પૂછો, જે હાડ થીજાવતી ઠંડીમાં પોતાના અને પોતાના પરિવાર માટે ગરમ કપડાંની વ્યવસ્થા નથી

કરી શકતો.

જીવન માટે જે રીતે શ્વાસોની જરૂર છે, એવી જ જરૂર પૈસાની પણ છે. પૈસા વિના જીવન બોજ બની જાય છે. આથી ના તો પૈસાનું ક્યારેય અપમાન કરવું જોઈએ, ના તો એને ગાળ આપવી જોઈએ. એક-એક પૈસો જિન્દગીમાં અર્થ રાખે છે, આથી હંમેશા પૈસાનું સન્માન કરો, અપમાન નહીં.

★ ★ ★

જે સરળ કામોને આપણે બધા અત્યારે જ કરી શકીએ છીએ, એને અત્યારે ના કરીને જો આપણે ભવિષ્ય પર ટાળતા રહીશું તો એક દિવસ આ જ સરળ કાર્યોને સંગ્રહ એટલો મોટો થઈ જશે, જેને કરવા માટે આપણે ખૂબ જ અથાગ મહેનત કરવી પડશે અને ત્યારે કદાચ એમાંથી પણ ઘણા બધા જરૂરી કાર્ય આપણાંથી છૂટી જશે, જેના કારણે આપણે પસ્તાવું પડે. આથી આજના કામને કાલ પર ક્યારેય ના ટાળો, કેમ કે સમય બેવફા વસ્તુ છે અને કાલ ક્યારેય નથી આવતી.

★ ★ ★

પાડોશી સાથે ક્યારેય પણ દુશ્મની ના રાખો અને ના તો એમની સાથે વેરભાવ રાખો, કેમ કે આપણે બધા મિત્રો વગર તો રહી શકીએ છીએ, પરંતુ પાડોશી વગર નહીં. આથી પાડોશીના સુખ-દુઃખમાં હંમેશા સહભાગી થાઓ. તમે જ્યારે પણ ભોજન કરો તો એ વાતનું ધ્યાન જરૂર રાખો, કે ક્યાંક તમારો પાડોશી ભૂખ્યો તો નથીને. જો આજે તમે તમારા પાડોશીના ઘરમાં કંઈક નમકીન મોકલો છો, તો કાલે પાડોશીના ત્યાંથી તમારા ત્યાં મિઠાઈ જરૂર આવશે. કોઈએ સાચું જ કહ્યું છે કે જો પાડોશીના ઘરમાં આગ લાગી છે તો સમજવું જોઈએ કે તમારી ઘરની સંપત્તિ પણ જોખમમાં છે. પાડોશીના ઘરનું જોખમ ટળી ગયું તો સમજો, તમે પણ સુરક્ષિત થઈ ગયા છો. ખુદને સુખી જોવા ઈચ્છો છો, તો પાડોશીઓને પણ સુખી જોવાની આદત બનાવો.

★ ★ ★

જો કોઈ એન્જિનીયર ભ્રષ્ટ છે, તો આપણે કહી શકીએ છીએ કે કેટલીક ઈમારતો સમયથી પહેલાં જ પડી જશે. જો કોઈ ડૉક્ટર ભ્રષ્ટ છે, તો આપણે કહી શકીએ છીએ કે કેટલાક લોકો બેમોત માર્યા જશે અને જો કોઈ અધ્યાપક ભ્રષ્ટ છે તો એમાં કોઈ શંકા નથી કે આવનારી આખે-આખી પેઢી જ બરબાદ અને તબાહ થઈ જશે. જો આપણાં દેશનું ભવિષ્ય કોઈના હાથમાં છે તો ફક્ત અધ્યાપકો અને શિક્ષકોના હાથોમાં છે, કેમ કે એમની પાસે જ આપણી નવી પેઢી કંઈક શીખવા જાય છે. અહીંયા હું એ પણ કહેવા ઈચ્છીશ કે આપણાં દેશનો પ્રત્યેક શિક્ષક જો નક્કી કરી લે કે, અમે અમારા બધા વિદ્યાર્થીઓને સારી શિક્ષા, સભ્યતા, સંસ્કાર અને સારા આચરણ શીખવીશું તો હું દાવાની સાથે કહી શકું છું કે આપણો દેશ

વિશ્વનો સર્વશ્રેષ્ઠ, શક્તિશાળી અને ગુણી વિશ્વ રાષ્ટ્ર કહેવાશે.

પરંતુ!

આજકાલ જે રીતે ધર્મના નામ પર શિક્ષાનું ધ્રુવીકરણ થઈ રહ્યું છે, એને જો સુધારવામાં ના આવ્યું તો એનાથી જે પ્રકારે શિશુ મંદિરો તથા મદરેસાઓમાં શિક્ષાના નામ પર બાળકોના મગજમાં ઝેર ભરવામાં આવી રહ્યું છે, એ આવનારી કાલ માટે જોખમની ઘંટડી છે.

ભવિષ્યમાં જ્યારે આ ઘંટડી વાગશે, ત્યારે યુવાન બનેલાં આ બાળકો તો રોશે જ, એમની સાથે સાથે કાયદો, સમાજ તથા દેશ પણ રોશે.

★★★

મનોવૈજ્ઞાનિકોનું કહેવું છે કે સ્વાસ્થ્ય માટે હસવું જેટલું જરૂરી છે, એટલું જ રોવું પણ જરૂરી છે. એ ચહેરો જ શું, જેના પર ક્યારેય હાસ્ય જ ના હોય અને એ આંખો જ શું જેમાં ક્યારેય આંસુ ના હોય. આજે આપણું મન-મગજ અને દિલ એટલે ભારે થઈ ગયું છે, કેમ કે આપણે બધાએ હસવાનું અને રોવાનું બંધ કરી દીધું છે. હસીએ છીએ ત્યારે ચહેરો નથી ખીલતો અને રોઈએ છીએ ત્યારે આંખો નથી વરસતી. આથી મિત્રો, હું તો એ જ કહીશ કે જો ક્યારેય હસવાનું મન કરે તો દિલ ખોલીને હસો અને જ્યારે પણ રોવાનું મન કરે તો જીવ ભરીને રોઈ લો. આનાથી આંખો પણ ધોવાઈ જશે અને મન મગજને શાંતિ પણ મળશે.

★ ★ ★

આપણા જીવનમાં રૂપિયા-પૈસાનું પોતાનું મૂલ્ય છે, જેને આપણે નકારી નથી શકતા, પરંતુ આત્મીયતા, નૈતિકતા અને બીજા સંબંધોને પણ નકારવા સારા નથી. અહીંયા હું એ પણ અવશ્ય કહેવા ઈચ્છીશ કે રૂપિયા-પૈસા માટે આપણે સંબંધોથી મોં ના ફેરવી લેવું જોઈએ.

મિત્રો, રૂપિયા-પૈસા એક એવું સાધન છે જેની મદદથી તમે અનેક મિત્ર તથા આરામદાયક વસ્તુઓ તો પ્રાપ્ત કરી શકો છો પણ એના ભૂલો કે-

બની જાય છે બધા સંબંધો જ્યારે પૈસા પાસે હોય છે, પરંતુ નથી તૂટતા ગરીબીમાં પણ જે, એ સંબંધ ખાસ હોય છે.

એ સંબંધ જ શું, જે થોડા રૂપિયા-પૈસા ખાતર તૂટી જાય, કેમ કે રૂપિયા-પૈસા અસલી ધન નથી, ફક્ત ધનનો અહેસાસ હોય છે. ★★★

જો તમે ઈચ્છો છો કે તમારા ઘર-પરિવારમાં સુખ-શાંતિ જળવાઈ રહે તો ભૂલથી પણ પોતાના ઘરમાં જ્યોતિષીઓ કે તાંત્રિકોને ના આવવા દો. કારણ, જે ઘરોમાં જ્યોતિષો અને તાંત્રિકોની આવન-જાવન શરૂ થઈ જાય છે, એ ઘરોની શાંતિ ભંગ થઈ જાય છે અને જે ઘરોમાં શાંતિ નથી હોતી, ત્યાંથી સૌથી પહેલા લક્ષ્મી ચાલી જાય છે. લક્ષ્મી જતાં જ મુશ્કેલી અને મુસીબતો ઘેરી લે છે. જો કોઈ ઘરમાં એક વખત કોઈ જ્યોતિષનો પ્રવેશ થઈ ગયો તો સમજો કે જોખમ વધવા લાગ્યું છે. સામાન્ય રીતે ઘરની મહિલાઓ સૌથી પહેલા આવા પાખંડી અને ખરાબ નિયતવાળા જ્યોતિષીઓ અને તાંત્રિકોના ચંગુલમાં ફસાય છે.

દુ:ખની વાત છે કે રોજે-રોજ અલગ-અલગ પત્ર-પત્રિકાઓમાં કહેવાતા જ્યોતિષીઓ અને તાંત્રિકો-માંત્રિકોની પાખંડલીલાના કિસ્સા છપાતાં રહે છે.

દર્શકોમાં જાગરૂકતા ઉત્પન્ન કરવા માટે બધી ન્યૂઝ ચેનલો પણ આવી ખબરોને પ્રમુખરૂપથી પ્રસારિત કરે છે, છતાં પણ ધર્મભીરૂઓ તથા અંધવિશ્વાસના માર્યા લોકોના કાનોમાં લેશમાત્ર ફરક નથી પડતો. આર્થિક, શારીરિક શોષણ, ભયાદોહન (બ્લેકમેઈલીંગ), ઠગાઈ, દગાબાજી વગેરેના આરોપમાં એક જ્યોતિષી અથવા તાંત્રિક પકડાઈ જાય છે, તો ચાર નવા સામે આવીને દુષ્ગ્રહોને દૂર કરવા કે રૂહાની તાકાતોથી સારવાર કરવાની દુકાન ખોલી લે છે અને એનાથી લૂંટાવા માટે ચાલીસ તૈયાર રહે છે.

ઘરમાં સુખ-શાંતિ જાળવી રાખવી છે, કમાણીને લૂંટવાથી બચાવવી છે, પત્ની, બહેન, બેટી કે વહૂની આબરૂ સલામત રાખવી છે, તો ધંધેબાજ અને ખોટી નિયતના જ્યોતિષીઓ, તાંત્રિ[illegible]-માંત્રિકો, બાબાઓને પોતાના ઘરનો દરવાજો ક્યા[illegible]ય ના બતાવો.

★ ★ ★

✍ **જો** તમે પૂરી લગનથી પોતાની પ્રતિભા, યોગ્યતા, ક્ષમતા અને ગુણોનો પ્રયોગ કરતાં સૂઝ-બૂઝની સાથે પરિશ્રમ નહીં કરો તો તમે એક સાધારણ વ્યક્તિ રહી જશો. કૃપા કરીને ધ્યાન રાખો, સફળતા સૂઝ-બૂઝની સાથે પરિશ્રમ કરવાથી જ મળે છે.

★ ★ ★

ભાગ્યના લેખ અને ઈશ્વરની સત્તા પર વિશ્વાસ કરવાળા માને છે કે માણસને જિન્દગીમાં જેટલું સુખ-દુઃખ મળવાનું છે, એ મળીને જ રહેશે. મનુષ્ય ઈચ્છે તો પણ, એ ના તો પોતાના સુખોની સમયમર્યાદા વધારી શકે છે અને ના તો દુઃખોની સંખ્યા ઘટાડી શકે છે. ભાગ્યથી વધારે અને સમયથી પહેલાં ના કોઈને મળ્યું છે, ના મળશે. ભલે પછી એ સુખ હોય કે દુઃખ. દુઃખોથી ગભરાઈ જવાવાળા જાણી લે, જે રીતે મીઠાની સાથે નમકીન જરૂરી છે, એ જ રીતે સુખની સાથે દુઃખનું હોવું પણ જરૂરી છે.

જો જીવનમાં દુઃખ ના હોય, તો સુખનો સાચો અનુભવ નહીં કરી શકો અને ના ક્યારેય પરમપિતા પરમાત્માને યાદ કરશો. સામાન્ય રીતે જોવામાં આવ્યું છે કે સંકટ સમયે જ લોકો ઈશ્વરને વધારે યાદ કરે છે, સુખના દિવસોમાં બહુધા એને ભૂલી જાય છે. આવા સ્વાર્થી લોકોની પ્રાર્થના ઈશ્વર ઓછી જ સાંભળે છે.

★★★

✍ **જ્યાં** સુધી તમે તમારી ભૂતકાળની ભૂલો, વિઘ્નો, મુશ્કેલીઓ અને અસફળતાઓથી પાઠ ભણીને પૂરી ઊર્જાની સાથે નવા જીવનની શરૂઆત નહીં કરો, ત્યાં સુધી તમને સફળતાનો માર્ગ નહીં મળે.

યાદ રાખો, દરેક સફળતાની વાર્તા અસફળતાથી જ શરૂ થાય છે.

★★★

આજે આપણાં દેશની પરિસ્થિતિ, દેશના આઝાદ થતાં પહેલા કરતાં પણ વધારે ખરાબ થઈ ગઈ છે, આજે આપણાં દેશની સત્તામાં પહેલાં જેવા ના તો કોઈ દેશભક્ત છે અને ના તો કોઈ એવો નેતા, જે કાશ્મીરથી કન્યાકુમારી સુધીના નાગરિકોને દેશભક્તિ અને એકતાના સૂત્રમાં પરોવી શકે. બધાની નજર ખુરશી પર ટકેલી છે. કોઈ મિત્ર સમૂહોની મદદથી ખુરશી મેળવવા ઈચ્છે છે, તો કોઈ ધર્મ, જ્ઞાતિ, ભાષાનું ઝેર ફેલાવીને. કેટલાક વરૂઓ તો વરૂની ખાલ પહેરીને વોટ માંગતા ફરે છે. જો ભૂલથી કોઈ નેક અને સારો વ્યક્તિ ચૂંટણી જીતી પણ જાય છે, તો એણે પોતાની આંખો બંધ અને જીભ પર લગામ રાખવી પડે છે. ફળસ્વરૂપ એ ના તો પોતાના ક્ષેત્રનો વિકાસ કરવામાં સફળ થઈ શકે છે, ના પ્રદેશ કે દેશના વિકાસમાં મદદરૂપ થઈ શકે છે. પોતાનું તથા દેશનું ભલું ઈચ્છો છો તો હંમેશા સારા નેતા અને સારી સરકાર પસંદ કરો.

★ ★ ★

✍ પરિવર્તન આપણાં જીવન માટે જરૂરી છે, જો આપણાં જીવનમાં પરિવર્તન મહત્વપૂર્ણ ના હોત, તો આપણે આજે પણ જૂનું જ જીવન જીવી રહ્યાં હોત. સમયની સાથે જે લોકો નથી બદલાયા, ઈતિહાસ સાક્ષી છે કે કાં તો એ લોકો મરી ગયા અથવા પાછળ રહી ગયા.

★ ★ ★

કોઈ પણ વસ્તુ, કામ કે વાતને જોવા સમજવા અને પરખવાનો દરેક વ્યક્તિનો પોતાનો દૃષ્ટિકોણ હોય છે. જે જેવું વિચારે છે, એને એવું જ નજરે પડે છે. કેટલાંક લોકોને બધી બાજુ સમસ્યા જ સમસ્યા દેખાય છે, તો લોકોને બધી બાજુ અવસર જ અવસર નજરે પડે છે. કેટલાંક લોકોને ગુલાબના છોડમાં કાંટા દેખાય છે, તો કેટલાક લોકોને ફૂલ જ ફૂલ નજરે પડે છે. મારા કહેવાનો અર્થ એ છે કે આપણે આપણું આખું જીવન આપણી વિચારધારાથી નિર્મિત કરીએ છીએ. આપણે જેવું વિચારીએ છીએ, એવું જ આપણને નજરે પડે છે. જેવું આપણને નજરે પડે છે, આપણે એવું જ કાર્ય કરીએ છીએ અને આપણે જેવું કાર્ય કરીએ છીએ, એવું જ ફળ મેળવીએ છે. સારૂં કરશો, સારૂં મળશે. ખરાબ કરશો તો ખરાબ મેળવશો. આથી સારૂં વિચારો, સારૂં કરો અને સારૂં મેળવો.

★★★

જો તમારામાં પ્રતિભા, ગુણ અને યોગ્યતા છે, તો તમારે તમારા મોંથી બોલવાની અને દેખાવ કરવાની જરૂર નથી. તમે ફક્ત પોતાની સૂઝ-બૂઝની સાથે પૂરી લગનથી પોતાની પ્રતિભા, ગુણો અને યોગ્યતાઓનું પ્રદર્શન કરતાં જાઓ. લોકો આપોઆપ તમારા ગુણોથી પરિચિત થઈ જશે. ફક્ત તમારા ગુણોથી પરિચિત જ નહીં થાય, પરંતુ તમારા ગુણગાન પણ કરશે.

★ ★ ★

દુનિયામાં કોઈને પણ મોટી સફળતા અને મોટા પરિણામ સરળ કામો કરવાથી નથી મળ્યા. મોટી સફળતા કે મોટા પરિણામ જોઈએ, તો તમારે મોટા-મોટા કામો કરવા પડશે, મોટી-મોટી લડાઈઓ લડવી પડશે-

ક્યારેક ખુદથી,
ક્યારેક બીજાઓથી,
ક્યારેક સમાજ કે વ્યવસ્થાથી.

હવે તમે ખુદ વિચારીને જણાવો કે શું તમે મોટી સફળતા અને મોટા પરિણામ મેળવવા ઈચ્છો છો?

જો તમારો જવાબ હા છે, તો તમે એ ના જુઓ કે તમારુ કાર્ય કેટલું મુશ્કેલ છે. તમે ફક્ત એ જુઓ કે મોટી સફળતા અને મોટા પરિણામો તમારી રાહ જોઈ રહ્યાં છે. આથી આળસ છોડીને પૂરી લગનથી જિન્દગીની દોડ શરૂ કરો અને સફળ બનો.

★ ★ ★

જો તમે ખરેખર ખૂબ વધારે જવાબદારીઓ ઉઠાવી રહ્યાં છો તો વિશ્વાસ કરો, ભગવાને તમને એટલી ક્ષમતા અને યોગ્યતાઓ આપી છે કે તમે એક વધારે જવાબદારી ઉઠાવી શકો છો. કહેવાનો અર્થ એ છે કે અચાનક આવી ગયેલી કોઈ જવાબદારીથી મોં ના ફેરવો. બીજી જવાબદારીઓની જેમ હસીને અને જિંદાદિલીથી એનો પણ સ્વીકાર કરો. તમે એને નિભાવવા માટે કમર કસશો, તો ઈશ્વર પણ તમારી મદદ માટે દસ દરવાજા ખોલી દેશે.

★★★

દુનિયામાં જો આપણે વિશ્વાસ કરવો જોઈએ તો ફક્ત અને ફક્ત પરમપિતા પરમાત્મા પર કેમ કે આપણે બધાં પરમપિતા પરમેશ્વરના સંતાન છીએ અને કોઈ પણ પિતા પોતાના બાળકોનું ખરાબ નથી ઈચ્છતાં.

આ દુનિયામાં મળેલી ધન-દોલત અને આબરુંનો શું ભરોસો?

ધન-સંપત્તિ હાથનો મેલ છે, તો આબરું આવતો-જતો તડકો છાંયડો. આજે આપણી પાસે છે તો કાલે કોઈ બીજાની પાસે.

કહેવાય છે કે જેણે પણ ધન-દોલત અને આબરુ પર વિશ્વાસ કર્યો, એ અંતે રોયો અને પસ્તાયો જ છે. સિકંદરનો પણ જ્યારે જનાજો નીકળ્યો, ત્યારે વસીયત પ્રમાણે એના બંને હાથ કફનથી બહાર ખુલ્લા અને ખાલી હતા, ફક્ત એટલા માટે કે લોકો જુએ, સિકંદર ખાલી હાથે દુનિયામાં આવ્યો હતો અને ખાલી હાથે દુનિયાથી જઈ રહ્યો છે.

★★★

✍ **ના** જાણે કેમ, આજકાલ લોકો સત્ય, પ્રામાણિકતા અને માણસાઈને બદલે ઈંટ, ચૂના અને સિમેન્ટનું મૂલ્ય આંકવા લાગ્યા છે. કદાચ તેઓ આ ભૂલી રહ્યાં છે કે સત્ય, પ્રામાણિકતા અને માણસાઈનું મંદિર જો એકવાર તૂટી ગયું, તો પછી કોઈનામાં પણ એટલી આવડત નથી કે એને ફરીથી બનાવી શકે.

★ ★ ★

હંમેશા લોકો નાની-મોટી અસફળતાઓ મેળવ્યા પછી જ હાર માનીને નિરાશાને ગળે લગાવી લે છે. એ લોકો આ કડવું સત્ય સમજવાનો પ્રયત્ન જ નથી કરતાં કે સફળતા અને અસફળતા તો જીવનના કર્મોનો ભાગ છે. એ લોકો એ કારણોને પણ શોધવાનો પ્રયત્ન નથી કરતાં, જે કારણોથી તેઓ અસફળ થયા હોય છે. જો તે લોકો પણ અસફળતાના કારણોને શોધીને એમાં સુધારો કરી લે અને પછી પોતાની સૂઝ-બૂઝનો પ્રયોગ કરતાં પ્રયત્ન કરે, તો નિશ્ચિત જ એ લોકો પણ સફળ લોકોની શ્રેણીમાં આવી જશે.

★★★

કેટલાક લોકો ખુદને ભાગ્યહીન માની લે છે. એ લોકોને લાગે છે કે ઈશ્વરે એમના ભાગ્યને સૂકાયેલી લાકડીના કોઈ મોટા ઠૂંઠાથી લખ્યું છે, આથી આ સંસારમાં એમનું કોઈ વજૂદ જ નથી. નિરાશ-હતાશ આવા લોકો સફળતા પ્રાપ્તિ માટે પ્રયત્ન પણ નથી કરતાં અને જો કરે પણ છે તો અડધા-અધૂરા મનથી. પરિણામે એમને અસફળતા જ મળે છે.

સામાન્ય રીતે લોકો આ અસફળતાનો બધો દોષ પોતાના ભાગ્યને આપે છે. ભૂલીને પણ એ લોકો એમ નથી વિચારતાં કે એમણે પોતાના કાર્યોને પૂરા મન, સૂઝ-બૂઝ અને વિશ્વાસથી કર્યુ જ નથી અને જો કંઈક કર્યુ પણ છે, તો એમાં પણ એમણે ખૂબ જ ભૂલો કરી છે.

ભૂતકાળની ભૂલોમાંથી શીખ લઈને જો એમણે પોતાની ભૂલોને સુધારી લીધી હોત, અને વિશ્વાસની સાથે પૂરા મન અને સૂઝ-બૂઝ સાથે એ કાર્યને કર્યું હોત, તો દુનિયાની કોઈ તાકાત એમને સફળ થવાથી રોકી શકતી ન હતી.

★ ★ ★

✍ નવરાશના સમયમાં પોતાના નાના-મોટા જરૂરી કામોને પૂરા કરી લેવામાં જ સમજદારી છે. કારણ, જે નાના-મોટા જરૂરી કામોને આપણે સરળતાથી આપણાં ખાલી સમયમાં પૂરા કરી શકીએ છીએ, એને જો આપણે નવરાશમાં નથી કરી લેતાં, તો સમય આવવા પર એ કાર્યોને કરવાનો કદાચ આપણને સમય ના મળે.

મિત્રો, સમય અત્યંત અણમોલ વસ્તુ છે. વહી ગયેલો સમય પાછો નથી આવતો, આથી પોતાના બધાં કામ સમયસર કરવાની આદત બનાવો.

★ ★ ★

કેટલાક લોકો પોતાના જીવનમાં ફક્ત એ માટે અસફળ રહે છે, કેમ કે એમનું પુરૂ ધ્યાન ફક્ત એ વાત પર લાગેલું રહે છે કે એમને વધારેમાં વધારે કેવી રીતે અને શું બોલવાનું છે. તે લોકો બીજાઓને સાંભળવાનો ના તો પ્રયત્ન કરે છે અને ના તો ક્યારેય બીજાઓને સાંભળે છે. એમનો તો ફક્ત અને ફક્ત એક જ ઉદ્દેશ્ય હોય છે, વધારેમાં વધારે બોલવું.

આવા લોકોને હંમેશા બેમતલબની બેકાર વાતો કરવામાં જ મજા આવે છે. તેઓ એ ક્યારેય નથી વિચારતાં કે આવું કરીને તેઓ ફક્ત અને ફક્ત પોતાનું નુકસાન કરે છે.

★ ★ ★

✍ હજારો વર્ષથી આ વાત કહેવામાં આવી રહી છે અને સમયની કસોટી પર હંમેશા સાચી સાબિત થઈ છે કે -

માણસ જેવું વાવે છે, તેવું જ લણે છે. આથી આપણે આપણાં મન, વિચાર, કાર્ય અને આત્મામાં એવા બીજ ના રોપવા જોઈએ કે કાલે જ્યારે આપણે એની વાવણી કાપીએ તો આંસુ સારવા પડે.

★★★

કેટલાક લોકો હંમેશા પોતાની ગરીબીના રોદણાં રોતા રહે છે. કદાચ તમને પણ આવા લોકો મળ્યાં હશે, જેઓ કહેતા હશે કે એમની પાસે બે સમય ખાવા માટે સારું ભોજન જ નથી. કદાચ એ લોકોને એ ખબર નથી કે એમનાથી પણ ગરીબ એ લોકો છે, જેમની પાસે ખાવાનું તો ઘણું બધું છે, પણ ડૉક્ટર એમને ખાવાની ના પાડે છે. આવા લોકોને જોઈને હાશકારો રાખો અને ઈશ્વરને આભાર આપો, કે એણે તમને એ લાયક રાખ્યા છે કે રૂખાયેલું-સુકાયેલું જ ભલે, પણ કોઈ પરેજ વગર ખાઈ-પી તો શકો છો

★ ★ ★

✍ નાનાઓથી ક્યારેય કોઈ ભૂલ થઈ જાય તો આપણે એમની ભૂલોને નજર અંદાજ કરી દેવી જોઈએ અને પ્રયત્ન કરવો જોઈએ કે આપણે એમની ભુલોનો અહેસાસ ના કરાવીને, સારો રસ્તો દેખાડીએ. કારણ , ભૂલો નાના અને નાસમજ નહીં કરે તો કોણ કરશે?

★★★

જો તમારાથી કોઈ ભૂલ થઈ જાય તો બિલ્કુલ પણ ડરો અને ગભરાઓ નહીં. ભૂલો એમનાથી જ થાય છે, જે કંઈક કરવાનો પ્રયત્ન કરે છે. જે લોકો કહે છે કે એમણે ક્યારેય કોઈ ભૂલ નથી કરી, એવા લોકો માટે મારૂં માનવું છે કે એમણે ક્યારેય કશું કર્યુ જ નહીં હોય. આથી હું હંમેશા એ જ સલાહ આપીશ કે જો તમારાથી કોઈ ભૂલ થાય છે તો પોતાની ભૂલનો દિલથી સ્વીકાર કરો, એનાથી ડરો નહીં.

ભૂલો કરો, સો વાર કરો, હજાર વાર કરો પરંતુ પોતાની ભુલોને ફરીથી ના કરો. જૂની ભૂલોને સુધારીને નવો પ્રયત્ન કરો અને એ નવા પ્રયત્નોમાં તમારાથી કોઈ નવી ભૂલ થાય છે, તો એ તમારી ભૂલ નથી, તમારા સુધાર, પ્રગતિ અને ઉન્નતિની સીડી હશે.

★ ★ ★

✍ **વ્યા**વહારિક્તાનો અર્થ છે -

☞ એવા કાર્ય કરવા, જે બીજાઓના મનને જીતી લે,

☞ પોતાની વાણીથી એવા શબ્દ બોલવા, જે સાંભળનારને સુખદ લાગે,

☞ એ પ્રકારથી મદદ કરજો, જે બીજાનો પોતાપણાનો અનુભવ કરાવે.

☞ સામેવાળાને એવો અહેસાસ કરાવવો કે એ તમારા પક્ષમાં ઊભો થઈ શકે અને હંમેશા તમારા પક્ષમાં ઊભો રહે.

★ ★ ★

આજે દુનિયામાં કોઈ પણ વ્યક્તિ સંતુષ્ટ નથી, બધાના પોત-પોતાના રોદણાં છે.

ગરીબ અમીર બનવા ઈચ્છે છે, તો બીજી તરફ અમીર માણસ સુન્દર દેખાવા ઈચ્છે છે.

ગરીબને ભૂખ લાગે છે તો એ વિચારે છે કે શું ખાવું તો બીજી તરફ અમીરને ભૂલ લાગે તો એ વિચારે છે કે શું શું ખાવામાં આવે.

ગરીબને ઠંડી લાગે છે તો એ વિચારે છે કે શું પહેરું તો બીજી તરફ અમીરને ઠંડી લાગે છે તો એ વિચારે છે કે શું-શું પહેરું.

જવાન માણસ કહે છે કે શું કરું, સમય નથી મળતો, વૃધ્ધ માણસ કહે છે કે શું કરું, સમય નથી જતો.

★ ★ ★

✍ **જે** લોકો બીજાની નિંદા કરે છે, તેઓ ખુદ નિંદાને પાત્ર હોય છે. આથી સમાજ પણ એમની નિંદા અને ટીકા કરે છે. મિત્રો, યાદ રાખો. આપણને એ જાણ નથી હોતી કે -

☞ બીજા આપણાં વિશે શું વિચારે છે,

☞ આપણાં વિશે બીજાનો શું અભિપ્રાય છે,

☞ શું બીજા પણ આપણી નિંદા કરી શકે છે અને જો કરે છે તો કેમ?

જો આપણે આ બધું જાણી લઈએ તો કદાચ બીજાઓની નિંદા કરવાનું છોડી દઈએ.

☞ યાદ રાખો, નિંદા ખૂબ જ ખરાબ બાબત છે.

★ ★ ★

જ્યારે આપણે નાના હતા, સ્કૂલ જતાં હતા, ખુદ કમાતા નહોતા, ત્યારે પિતા આપણી બધી જરૂરિયાતોને પૂરી કરતાં હતા. આપણને દરેક વર્ષે નવા કપડાં અપાવતા હતા, ખિસ્સા ખર્ચ આપતાં હતા. સમય વીત્યો. આજે આપણે મોટા થઈ ગયા છીએ અને પિતા વૃધ્ધ. આજે આપણે કમાવવા લાગ્યા છીએ અને આપણાં પિતા લાચાર છે. આથી આપણી ફરજ બને છે કે આપણે પણ આપણા માતા-પિતાનું ધ્યાન રાખીએ, એમની જરૂરિયાતોને પુરી કરીએ, એમના માટે દર વર્ષે નવા કપડાં લાવીએ, એમના હાથ પર પણ કેટલાક પૈસા રાખીએ અને કહીએ, પિતાજી મને આશીર્વાદ આપો કે હું આ જ રીતે મારી ફરજ નિભાવતો રહું. એક બાપ પોતાના ચાર પુત્રોને તો સરળતાથી નિભાવી લે છે. અપવાદ છોડી દઈએ તો ચાર પુત્રો મળીને પણ એક પિતાને નથી નિભાવી શકતા.

★ ★.★

બાળકોને બાળક આથી કહેવામાં આવે છે, કેમ કે એમનામાં બાળપણું (બચપનું) હોય છે, એમને બચતાં નથી આવડતું, એમને બચાવવા પડે છે.

ખરાબ વાતાવરણથી,
ખરાબ લોકોથી,
ખરાબ નજરથી,
ખરાબ વાતોથી.

આથી પોતાના જરૂરી કામોમાંથી થોડો સમય કાઢીને પોતાના બાળકો પર ધ્યાન રાખો કે કયાંક એ કોઈ બુરાઈમાં તો નથી ફસાઈ રહ્યોને. જો તમે તમારા બાળકો માટે થોડો સમય ના કાઢ્યો, તો નજીકના ભવિષ્યમાં તમારે પસ્તાવવું પડી શકે છે.

★ ★ ★

બાળકોને ફક્ત જન્મ આપીને, એમનું ધ્યાન રાખીને, એમની જરૂરિયાતોને પૂરી કરીને અને એમના વિષયમાં ચિંતા કરીને જ તમે માનવતાનો પરિચય નથી આપી શકતા. આ કાર્ય તો જાનવર પણ પોતાના બાળકો માટે કરી લે છે.

માતા-પિતા હોવાના સંબંધે તમે તમારા બાળકોને ફક્ત આંગળી પકડીને ચાલવાનું જ ના શીખવો, પરંતુ એમનામાં દેશપ્રેમની ભાવના પણ ફૂટી-ફૂટીને ભરો, મોટાઓનો આદર કરતાં શીખવાડો, નાનાઓને પ્રેમ આપવાનું શીખવાડો, બીજાઓના દુઃખોમાં કામ આવવાનું શીખવો, એમને સારા સંસ્કાર આપો. એટલું ભણાવો-ગણાવો કે લોકો તમારા બાળકોનો વ્યવહાર જોઈને દિલથી તમને કહે-

'વાહ! કેટલા સારા અને સંસ્કારવાન બાળકોના માતા-પિતા છો.'

★ ★ ★

આપણે ભલે કેટલા પણ સમજદાર, હોંશિયાર અને ચાલક કેમ ના હોઈએ, છતાં પણ આપણે ગુરૂ અને ડૉક્ટરની સામે પોતાની સમજદારી, હોંશિયારી કે ચાલાકી ના બતાવવી જોઈએ.

કારણ-ગુરૂ અને ડૉક્ટરની સામે કોઈ પણ હોંશિયારી અને ચાલાકી નથી ચાલતી.

ગુરૂની સામે આપણે જો અસત્ય બોલીશું તો આપણામાં ક્યારેય પણ, કોઈ પણ સુધારો નહીં આવે અને ના તો ક્યારેય કંઈ સારૂં થઈ શકશે.

ધ્યાન રાખો, ગુરૂની સામે અસત્ય ક્યારેય નથી ચાલતું. પળભરમાં જ જૂઠની કલાઈ ખૂલી જાય છે. આથી ગુરૂ એને જૂઠ્ઠો, અપ્રામાણિક અને દગેબાજ માનીને એના માટે જ્ઞાનનો પટારો બંધ કરી દે છે.

બીજી બાજુ ડૉક્ટરની સામે જૂઠું બોલવાથી આપણાં રોગનું નિદાન નહીં થઈ શકે. જ્યારે આપણે ડૉક્ટરને ખરેખર આપણું દર્દ નહીં બતાવીએ તો એ આપણી સારવાર ખાક કરશે.

આથી આપણા માટે ઉત્તમ એ જ છે કે આપણે આપણાં ગુરૂ અને ડૉક્ટરની સામે બધું જ સારું-સાચું અને સત્ય જ કહીએ.

★★★

બધા સફળ લોકો મોટા-મોટા સપના જુએ છે અને સજાવે છે અને એમના એ જ સપના એમના દરેક કાર્ય અને પ્રયત્નની પાછળની શક્તિ બની જાય છે . જે કારણે તેઓ પોતાની સૂઝ-બૂઝથી નિર્ણય લેતાં એવો પરિશ્રમ કરે છે કે બધી મુશ્કેલીઓ અને વિઘ્નોને પાર કરીને સફળતાપૂર્વક પોતાના પડાવ સુધી પહોંચી જાય છે.

★ ★ ★

✍ ઝડપથી બદલાતી પરિસ્થિતિ અને સમયનું કહેવું છે કે બાળકોથી દૂર ના રહો, નજદીકતા જાળવો, બાળકો માટે રોજ થોડો ઘણો સમય કાઢો. અઠવાડીયે, પંદર દિવસે બાળકોને લઈને ક્યાંક બહાર જરૂર જાઓ. બાળકોની સાથે બેસીને ક્યારેક-ક્યારેક અંતકડી કે કોઈ બીજી રમત રમો. મારા કહેવાનો અર્થ છે કે ફક્ત પૈસા કમાવવામાં ના લાગ્યા રહો, પોતાના બાળકો માટે પણ થોડો સમય કાઢો.

ધ્યાન રાખો, તમારી સૌથી મોટી કમાણી તમારા બાળકો છે. જો તમારા બાળકો ખોટા રસ્તે ચાલી ગયા તો પછી ભલે તમારી પાસે કેટલાય પણ પૈસા કેમ ના હોય, બધા બેકાર છે. તમારા પૈસા કોઈ કામ નહીં આવે, આથી પોતાના બાળકોનો વિશ્વાસ જીતો અને એમનું ભવિષ્ય સુધારવામાં પૂરતું ધ્યાન આપો.

★★★

✍ **લો**કોની વિચારધારા અને કાર્યનીતિ આપણે ફક્ત વાતોથી નથી બદલી શકતા. લોકોની વિચારધારા અને કાર્યનીતિ બદલવા માટે એ અતિ જરૂરી છે કે આપણે કંઈક એવું કરીએ, જેને જોઈને તેઓ પ્રભાવિત થઈ શકે. લોકો એ જ કરે છે, જેને જોઈને તેઓ પ્રભાવિત થાય છે.

બીજા લોકો તમારું અનુકરણ કરે, આના માટે તમે હંમેશા પ્રભાવશાળી અને સકારાત્મક કાર્ય કરો.

★ ★ ★

✍ જમાનો બદલાયો છે, તો એની સાથે-સાથે બાળકોની માનસિકતા પણ બદલાઈ છે. આજના બાળકો સાંભળી-વાંચીને ઓછા, જોઈને વધારે શીખે છે. જેથી આપણે આપણાં બાળકોને કહીને કશું પણ શીખવવાનો પ્રયત્ન નહીં, બલ્કે કરીને શીખવવાનો પ્રયત્ન કરવો જોઈએ. સાચી વાત એ છે કે આજકાલના બાળકો જરૂરથી વધારે સમજદાર થઈ ગયા છે. તે તમારા શીખવાડવાથી કશું જ નહીં શીખે. તેઓ ફકત એ જ શીખે છે, જે એમને દેખાય છે. બાળકોને કશું શીખવાડવું છે તો આપણે એવાં કાર્ય કરીએ, જેને જોઈને તેઓ પણ પ્રભાવિત થાય અને એવું જ કરવાની ઈચ્છા મનમાં પાળી લે અથવા એવું જ કરવા લાગે. જો આપણે આપણાથી મોટાને આદર અને સન્માન આપવા લાગીશું, તો બાળકો પણ આપણને જરૂર સન્માન આપશે.

☞ ધ્યાન રાખો, બાળકનું મગજ ભીની માટી જેવું હોય છે, જેને કોઈ પણ રૂપ આપી શકાય છે.

★★★

✍ હું એ લોકોને સમજદાર સમજું છું, જેઓ પોતાની ઊર્જાને એ લક્ષ્યોમાં બરબાદ નથી કરતાં, જેના માટે તેઓ ઉપર્યુકત નથી અને હું એ લોકોને એનાથી પણ વધારે સમજદાર સમજું છું, જેઓ એ કામોમાંથી, જેને તેઓ સારી રીતે કરી શકે છે, સર્વશ્રેષ્ઠ કામને જ પસંદ કરે છે અને એ કામને પુરી લગન અને સૂઝ-બૂઝ સાથે કરે છે.

★ ★ ★

જો તમે તમારા જીવનમાં સફળ બનવા ઈચ્છો છો, તો કોઈ એવા વ્યક્તિને શોધી કાઢો, જે સફળતાના રસ્તા પર ચાલી રહ્યો હોય અને એની સાથે થઈ જાઓ, પછી એ જે કામ કરી રહ્યો છે, તમે પણ એને કરવાનો પ્રારંભ કરી દો. અલબત્ત યાદ રાખો, નકલ કરવા માટે પણ અક્કલની જરૂર પડે છે. પછી આ કામમાં તો અક્કલની સાથે-સાથે અથાગ મહેનત, નિષ્ઠા અને લક્ષ્ય પ્રત્યે સમર્પણની જરૂરિયાત છે. જો તમારામાં આ બધી ક્ષમતાઓ છે, તો સફળતા પ્રાપ્તિ માટે આજથી જ કમર કસી લો.

★ ★ ★

✍ ભૂલો બધાં કરે છે. ભૂલો આપણાં જીવનનો એક અગત્યનો ભાગ છે, પરંતુ સફળ લોકો હંમેશા પોતાની ભૂલોને શોધે છે, એ ભૂલોના કારણ જાણવાનો પ્રયત્ન કરે છે કે એમનાથી ક્યાં અને કેવી રીતે કોઈ ભૂલ કે ચૂક થઈ ગઈ, પછી એ ભૂલોથી પાઠ ભણે છે અને એ પછી એ ભૂલોને સુધારવા માટે પોતાની સૂઝ-બૂઝથી પરિશ્રમ કરે છે.

★ ★ ★

વૃધ્ધોને હું કહેવા ઈચ્છીશ કે સેવા-નિવૃત્ત થયા પછી તમે ખાલી બિલકુલ ના બેસો. થાકીને-હારીને અથવા નિરાશાની ચાદર ઓઢીને બેસી જવાથી કશું પણ પ્રાપ્ત નથી થતું. નિરાશ, હતાશ કે ખુદને હારેલાં માની લેવાથી માણસનું ભાગ્ય નારાજ થઈ જાય છે અને સારો એવો વ્યક્તિ વિકલાંગ જેવો બની જાય છે.

ભૂલો નહીં, ભૂલી રહ્યાં છો તો ફરીથી યાદ કરી લો, કે જિન્દગી જિન્દાદિલીનું નામ છે. આથી તમે બધા સેવા-નિવૃત્ત લોકો પોતાના તન-મનને કોઈ સારા અને નેક કાર્યમાં લગાવી રાખો. જોજો, જિન્દગીનો આનંદ કેટલાય ગણો વધી જશે.

★ ★ ★

આપણે સર્વપ્રથમ જે વસ્તુનો બદલવાની જરૂર છે તે આપણે ખુદ છીએ. જ્યારે આપણે એ જાણી લઈએ છીએ કે ખુદને બદલવું કેટલું મુશ્કેલ છે, ત્યારે આપણે એ જાણી શકીએ છીએ કે બીજાઓને બદલવા અને પોતાના વિચારોને મનાવવા કેટલું મુશ્કેલ હોય છે.

★★★

✍ **જો** તમારે તમારું સ્વાસ્થ્ય ખરાબ કરવું છે, તો આના માટે કોઈ દુશ્મનની જરૂર નથી, ફક્ત ખુદને ગુસ્સાથી ભરેલા રાખો. ગુસ્સો તમારા લોહીમાં એટલા વિકાર પેદા કરી દેશે કે તમારું લોહી ઝેરીલું થઈ જશે, તમારા હાવ-ભાવ ઝેરીલા થઈ જશે. અને પછી એક દિવસ એ પણ આવશે, જ્યારે તમને ખુદ જ તમારું જીવન ઝેરીલું લાગશે.

★ ★ ★

એક વ્યક્તિ પહેલાં સપના જુએ છે, પછી એને સજાવે છે, એ પછી પોતાના એ જ સપનાને સાકાર કરવા માટે લીડર બને છે પરંતુ જે દિવસે એ લીડર પોતાના સપનાને ભૂલી જાય છે, એ જ દિવસે એ લોકોનું નેતૃત્વ કરવાની પોતાની બધી ક્ષમતાઓ ગુમાવી દે છે.

★ ★ ★

ખૂબ જ ઓછા લોકો એવા હોય છે, જેઓ સપના જુએ છે અને પોતાના સપનાને સજાવે છે. એ પછી ભલે કેટલીય પણ બાધાઓ કેમ ના આવે, તેઓ પાછળ નથી હટતા અને પછી તેઓ પોતાના એ સપનાઓને સાકાર કરવા માટે દરેક સંભવ પ્રયત્ન ત્યાં સુધી કરતાં રહે છે જ્યાં સુધી એમના સપના સાકાર નથી થઈ જતાં. બીજી બાજુ મોટાભાગના લોકો હોય છે, જેઓ ફક્ત વિઘ્નો અને પરેશાનીઓને જુએ છે. પછી વાળા લોકો ગુમનામીમાં ગુમ થઈ જાય છે, જ્યારે પહેલાવાળા લોકો ઈતિહાસ રચી જાય છે.

★★★

NEW BOOKS FROM THE
HOUSE OF DIAMOND
POSITIVE THINKING
IS SECRET OF SUCCESS
Matchless Creation of Biswaroop Roy Chowdhury
Learn The Secrets of Guinness World Record Holder
The 4th IDIOT
Get Free VCD of the Film "PAPPU CHALA CHAND PAR"
FREE VCD
Biswaroop Roy Chowdhury
ANCHOR - OMI VAIDYA
The Famous Charatcter of 3 Idiots Movie
Chatur Ramalingam
Dr. K.C. Mahendru
Baba Ramdev
Resurgence of New India......295.00
Dr. Kapil Kakkar
Secrets of Success
through BhagwadGeeta......95.00
Sri Sri Ravishankar
Walking The Path......179.00
Rajiv Tiwari
Commonwealth Games
2010......95.00
Rajiv Tiwari
Delhi : A Travel
Guide......125.00
Ashok Jain
Unlock the Door
to Success......125.00
Seema Seth
When Rahul Met Sunshine......95.00
Soumyashri Debashish
Love, Pride Paradox & Prophecy......95.00
Narendra Kohli
The Opportunity......150.00
(Ram Katha)
Anshu Pathak
Rainbow in Dew Drops......100.00
Rajee H. Singhania
Love in a Time Machine......95.00
Aabid Surti
Sufi......150.00
Prem Chand Sahajwala
Mumbai Kiski......100.00
Joginder Singh
Nothing is Impossible......150.00
Ashok Jaindu
Power to Write
your own Destination......125.00
Biswaroop Roy Chowdhury
India Book of Records
2010......195.00
Dr. Sunil Vaid
Learn to slap your child......150.00
Renu Saran
Choose Your Career......95.00
Davinder Singh Minhas
Tips & Trcks
Windows-7......150.00
Davinder Singh Minhas
Tips & Trcks
Excel-2010......150.00
Davinder Singh Minhas
Tips & Trcks
Word-2010......150.00
DIAMOND BOOKS
X-30, Okhla Industrial Area, Phase-II New Delhi-110020
Tel : 91+11-40712100, 40716600 Fax : 011-41611866 email : sales@dpb.in www.dpb.in